T0090357

Common Legal Terms You Should Know

in plain English and Vietnamese

Joseph Phạm Xuân Vinh

Order this book online at www.trafford.com
or email orders@trafford.com

Most Trafford titles are also available at major online book retailers.

This compilation of common legal terms in english with equivalent translations into vietnamese is intended
to serve as a quick reference for vietnamese court interpreters working in us courts. It is also a tool for
candidates preparing for their interpreting certification exams. It is not, in any way, an exhaustive list.

Printed in the United States of America.

ISBN: 978-1-4269-4813-8 (sc)
ISBN: 978-1-4269-4814-5 (e)

Trafford rev. 12/14/2010

 www.trafford.com

North America & international
toll-free: 1 888 232 4444 (USA & Canada)
phone: 250 383 6864 ♦ fax: 812 355 4082

A a

Abandonment *(Chữ khác: Desertion)*
   Child abandonment Sự bỏ rơi Sự ruồng bỏ Trốn tránh trách nhiệm đối với con cái
   Spousal abandonment Sự bỏ rơi hay trốn trách nhiệm với người phối ngẫu

Abandonment of a dependent person Bỏ rơi người mình có trách nhiệm nuôi nấng Phế bỏ

Abandoned vehicle Xe hơi bỏ ngoài đường không có người nhận

Abatement of action Đình chỉ việc kiện tụng, tranh chấp

Abating problems *(Chữ khác: Nuisance abatement)* Triệt hạ tài sản vì đã xử dụng vào việc chứa chấp hay buôn bán ma tuý xì ke

Abduct, to Bắt cóc

Abductee Người bị bắt cóc

Abductor Kẻ bắt cóc

Abduction Sự bắt cóc

Abet, to Tán trợ, tiếp tay hay xúi bẩy người khác phạm tội
   Aid and abet Tiếp tay và xúi giục phạm tội
   Aider and abetter Kẻ tiếp tay và xúi giục phạm tội

Abhorrent Kinh tởm

Abide by, to Tuân hành Tuân theo luật lệ

Abide and satisfy court rulings, to Tuân hành đầy đủ phán quyết của toà

Abiding belief in the truth Tin tưởng chắc chắn vào sự thực (trong phần thảo luận nghị án của hội thẩm đoàn)

Abode Nơi ở Nơi cư trú

Abortion "Nạo thai" Tội phá thai

Abolish, to *(Chữ khác: Cancel and eliminate entirely)* Bãi bỏ

Abrasion Vết trầy trụa vì bị thương hoặc bị hành hung

Abrogate, to *(Chữ khác: To repeal a law)* Bãi bỏ Đình chỉ Hủy bỏ một đạo luật

Abscond, to Đào thoát không trình diện quản chế. Lẩn trốn Lỉnh đi chỗ khác để khỏi bị bắt Trốn tránh pháp luật và có thể bị truy nã và truy tố về tội coi thường lệnh toà (contempt of court)

Absconder Kẻ lẩn tránh Kẻ trốn tránh pháp luật

Absolve, to Tha tội Xá tội
Power of absolution Quyền xá tội

Absolute pardon Toàn xá

Absolute presumption Sự suy đoán tuyệt đối không thể bác bỏ được

Abstinence Giới luật Sự kiêng cữ Kiêng khem (Thí dụ: Không uống rượu, không dùng ma tuý)

Abstract Bản sao lược Bản tóm lược Bản trích lục

Abstract of record Trích lục biên bản nội vụ

Abuse, to Bạo hành Hành hạ Lạm dụng Ngược đãi

Abuse excuse Lý do bào chữa vì hoàn cảnh (bị cáo trước đây đã bị lạm dụng nhiều lần)

Abuser Kẻ lạm dụng

Abusive Có tính cách lạm dụng Có tính cách ngược đãi, bạo hành Có tính cách lăng nhục

Abuse of authority Lạm dụng quyền hành

Abuse of discretion (*Chữ khác: Abuse of judicial discretion*) Lạm dụng quyền xét xử

Abuse of the elderly Lạm dụng người già Ngược đãi lão niên

Alcohol abuse Nghiện ngập Uống rượu bừa bãi, không điều độ

Child abuse Bạo hành hoặc lạm dụng trẻ em

Drug abuse Lạm dụng ma tuý xì ke Nghiện ngập

Sexual abuse Lạm dụng tình dục

Spousal abuse Ngược đãi hoặc bạo hành người phối ngẫu

Substance abuse Lạm dụng dược chất

Abuse of process Lạm dụng thủ tục pháp lý

Abusive language Lời nói tục tằn xúc phạm

Accelerant Một hoá chất rất dễ bén lửa

Accelerant detection dog Một loại chó đánh hơi hoá chất đốt nhà

Acceptance of responsibility Sự chấp nhận và nhìn nhận trách nhiệm phạm pháp

Access Quyền tiếp cận Sự tiếp cận

Accessory before the fact Tòng phạm xúi giục

Accessory after the fact Tòng phạm che chở

Accessory during the fact Tòng phạm vì làm ngơ hoặc không ngăn cản việc phạm pháp

Accidental killing *(Chữ khác: Involuntary manslaughter)* Tội ngộ sát Tội gây thiệt mạng vì tai nạn hay vô tình

Accommodation Sự thích nghi

Accomplice Kẻ đồng loã Kẻ tòng phạm

Accomplice liability Trách nhiệm tòng phạm

Accountable Có trách nhiệm phải giải thích về hành động của mình

Accord Sự thỏa thuận giữa hai bên tranh tụng

Accrual Tổng số tiền cấp dưỡng phải trả

Accumulative sentence Bản án tổng hợp

Accusation Khởi tố trạng Sự tố cáo Sự truy tố

Accuse, to Cáo buộc Cáo giác Truy tố

Accusatory instrument *(Information or Indictment)* Văn kiện xử dụng trong thủ tục tố tụng, gồm bản cáo trạng

Accusatory process Tiến trình trong các giai đoạn tố tụng hình sự

Accusatory system *(Chữ khác: Accusatorial system)* Hệ thống tố tụng hình sự

Accused *(Chữ khác: Defendant)* Bị cáo Kẻ bị truy tố

Accuser Người truy tố

Accusation Sự truy tố

Acknowledgment of paternity Sự nhìn nhận tử hệ

Acquaintance rape *(Chữ khác: Date rape)* Hiếp dâm người hẹn Hiếp dâm người quen biết

Acquiescence Sự chấp nhận ngầm Sự đành chấp nhận việc đã rồi
(Ex: Silence may be interpreted as acquiescence: Im lặng có thể suy đoán là bằng lòng chấp nhận)

Acquire legal status, to Đạt được tư cách pháp lý

Acquisitive offense Tội phạm có tính cách vụ lợi (thí dụ: tội ăn cắp)

Acquit, to Tha bổng

Acquittal Sự tha bổng

Acrimonious Đay nghiến Gay gắt

Act Đạo luật Hành động Hành vi Sắc luật

Act in concert Cộng tác với ai

Arbitrary act *Hành động võ đoán*
Criminal act *Hành động cấu thành tội phạm*
Felonious act *Hành vi phạm tội đại hình*
Last act *Hành động sau cùng trong tiến trình phạm pháp (Thí dụ: bóp cò súng bắn vào nạn nhân)*
Overt act *Hành động công khai Hành động trắng trợn*
Unilateral act *Hành động đơn phương*
Unlawful act *Hành động phạm pháp Hành động trái luật*
Violent act *Hành vi bạo lực*

Action Biện pháp Tố quyền Vụ án Vụ kiện

Action for damages Tố quyền đòi bồi thường thiệt hại
  To bring an action
  To enter an action
  To take an action *Thưa kiện Khởi kiện*

Active status Vụ án chưa được giải quyết

Actual cause of harm Sự gây tổn hại trực tiếp

Actual malice *(Chữ khác: Express malice Malice in fact)* Ác ý biểu lộ (có thể hiện rõ ràng)

Actual physical control Tội say rượu ngồi ở tay lái (xe không nổ máy)

Actual possession *(Chữ khác: Direct or physical control of property)* Chấp hữu thực sự Thực sự oa trữ Thực sự sở hữu

Addict Kẻ nghiện ngập

Addictive behavior Hành vi nghiện ngập

Address Diễn từ

Adduce, to Dẫn chứng Viện dẫn

Adduce an argument, to Đưa ra một lập luận

Adduce an evidence, to Đưa ra một bằng chứng

Adjourn, to Hoãn lại Gác lại Tạm đình lại

Adjournment Sự hoãn lại Sự tạm nghỉ

Adjudicate, to Phân xử Xét xử

Adjudication Sự phân xử Sự xét xử

Adjudication withheld *(Chữ khác: deferred adjudication)* Án tha có điều kiện

Adjudication of delinquency Việc xét xử thiếu niên phạm pháp

Adjudicator Thẩm phán điều giải Viên chức trọng tài

Adjudicatory hearing Phiên toà xét định tội chứng (toà án thiếu nhi)

Administer an oath, to Điều khiển nghi thức tuyên thệ Làm lễ tuyên thệ

Administrative law judge *(Chữ khác: Hearing examiner Hearing officer)* Quan tòa hành chánh Thẩm phán hành chánh

Administrator Quản lý tài sản thừa kế (không có chúc thư) Viên chức hành chánh của tòa

Administrative procedure Án lệnh về việc cấp dưỡng qua thủ tục hành chánh

Admiralty law *(Chữ khác: Maritime law)* Luật về hàng hải

Admit, to Công nhận Nhìn nhận Thú nhận Thừa nhận Kết nạp

Admissible evidence Tang chứng, tang vật có thể được chấp nhận đưa ra trong phiên xử

Admissibility Khả chấp Có thể chấp nhận được

Admission Sự chấp nhận làm bằng chứng hay tang vật Sự nhìn nhận Sự thú nhận

Admission into custody or incarceration Thủ tục câu lưu Thủ tục nhập trại cải huấn

Admission of guilt Sự nhìn nhận tội trạng

Admonish, to Báo trước Cảnh cáo Khuyến cáo Nhắc nhở

Admonition to jurors Chỉ thị cho hội thẩm đoàn Sự khuyến cáo hội thẩm đoàn

Adoption Việc nhận con nuôi Thủ tục lập con nuôi *Stepparent adoption* Được cha/mẹ ghẻ nhận làm con nuôi

Adoptee *(Chữ khác: Adopted child)* Con nuôi

Adoptive parents Cha mẹ nuôi

Adult correction institution Nhà tù Trại cải huấn Trại giam

Adult Protective Services Sở bảo vệ các trường hợp người lớn bị ngược đãi hay hành hạ

Adulterate, to Biến chế Ngụy tạo Pha trộn Sửa đổi bằng cách làm biến dạng bằng chứng

Adulterator Kẻ ngụy tạo tài liệu hay sản phẩm

Adulterer Kẻ phạm tội ngoại tình

Adultery Tội ngoại tình (có thể là lý do để li dị)

Adult offender Phạm nhân Kẻ phạm pháp

Adversary proceeding Tiến trình pháp lý trong hệ thống đối tụng

Adversary system Hệ thống đối tụng

Adverse witness Nhân chứng của đối phương Nhân chứng đối tịch

Advise, to Cố vấn Góp ý kiến Khuyến cáo

Advisement of rights Khuyến cáo về quyền của người bị bắt Thông tri quyền của bị cáo

Advisement, to take under Dành lại để hậu xét

Advisement, under Đang được cứu xét

Advice of counsel Ý kiến của luật sư biện hộ

Advisable Thích hợp Nên làm

Advisor, legal Cố vấn pháp luật

Advisory counsel (Chữ khác: Standby counsel) Luật sư cố vấn cho bị can tự biện hộ

Advisory opinion Ý kiến tư vấn Cố vấn

Advocacy Lời biện hộ Sự bào chữa Sự bênh vực Sự tán thành Sự yểm trợ

Advocate Người bào chữa Người bênh vực Người yểm trợ

Advocate, to Bênh vực Phù trợ Yểm trợ

Advocate, to (Chữ khác: To maintain Contend Hold Chủ trương

Affiant Người lập chứng thư hữu thệ

Affidavit Chứng thư hữu thệ Tờ khai có tuyên thệ

Affidavit of arrest (Chữ khác: Arrest report) Bản bá cáo của nhân viên công lực về việc bắt giữ

Affidavit of prejudice Kiến nghị xin bãi miễn thẩm phán vì có thành kiến Văn bản kiến nghị của một tụng viên gởi riêng cho thẩm phán yêu cầu đích danh thẩm phán không thụ lý vụ việc (để tránh trường hợp bị thành kiến)

Affirm, to Long trọng xác nhận Khẳng định Long trọng tuyên bố

Affirmation Lời khẳng định Sự long trọng xác nhận

Affirmative defense Sự bào chữa với lý do tích cực của bị cáo (Thí dụ: trường hợp tự vệ, không có mặt tại phạm trường) Bị cưỡng bức

Affirmative testimony (Chữ khác: Positive testimony) Lời chứng xác thực

Affirmed Xác nhận của Tòa Phúc Thẩm đối với phán quyết của tòa dưới

Affray Tội cãi lộn nơi công cộng Tội gây rối an ninh trật tự công cộng

AFIS Automated Fingerprint Identification System Hệ thống thu thập và lưu trữ dấu tay trên máy vi tính

Aforethought Có chủ tâm Có dự mưu Có tính toán trước

Agent Nhân viên công lực Người thụ uỷ

Agent, Federal Nhân viên công lực liên bang

Agent, undercover Cảnh sát chìm Nhân viên công lực chìm

Age of capacity *(Chữ khác: Age of consent Age of majority Lawful age Legal age)* Tuổi có đủ khả năng suy xét Tuổi trưởng thành

Age of consent Tuổi biết thoả thuận

Age of minority Tuổi vị thành niên

Age, under Dưới tuổi Tuổi vị thành niên

Aggressive Có tính cách gây hấn Có tính cách hùng hổ Có tính cách mạnh dạn, xông xáo Sinh sự

Aggressor Kẻ sinh sự

Aggravate, to Gia trọng "Tăng nặng"

Aggravation Sự gia trọng Sự "tăng nặng"

Aggravated arson Tội phóng hỏa trường hợp gia trọng

Aggravated assault Tấn công với trường hợp gia trọng

Aggravated battery Tội đánh đập với trường hợp gia trọng

Aggravated criminal contempt Tội coi thường lệnh hình sự trường hợp gia trọng

Aggravated harassment Đe doạ quấy phá trong trường hợp gia trọng

Aggravated kidnapping Bắt cóc trong trường hợp gia trọng

Aggravated larceny Tội ăn cắp với trường hợp gia trọng

Aggravated mayhem Tội huỷ hoại thân thể nạn nhân trường hợp gia trọng

Aggravated rape Hiếp dâm trường hợp gia trọng

Aggravated robbery Ăn cướp trường hợp gia trọng

Aggravating circumstance Trường hợp gia trọng

Aggravating factors Các yếu tố gia trọng

Aggressive (có thái độ) hung hăng

Agitator Kẻ sách động

Agreed statement of facts *(Chữ khác: Stipulation)* Sự đồng thuận Sự trình bày các sự kiện thực tại của vụ án được cả hai bên đối tụng đồng thuận

Agreement Bản hợp đồng Sự đồng ý Sự thỏa thuận *Cohabitation agreement* Hợp đồng sống chung

Prenuptial agreement Hợp đồng trước khi cưới

Aid and abet, to Tiếp tay và xúi giục phạm pháp

Aider and abettor Kẻ tiếp tay và xúi giục (bằng cách ra chỉ thị hay giúp phương tiện phạm pháp)

Aid and comfort, to Tiếp tay và giúp đỡ kẻ thù

Aiding an escape Tiếp tay tù nhân vượt ngục

AKA Also known as Còn gọi là Cũng có tên khác là

Alcohol abuse Nghiện ngập Uống rượu bừa bãi, không điều độ

Alcohol consumption Uống rượu

Alcohol dependency Nạn nghiện rượu

Alcoholism Chứng nghiện rượu

Alford plea Hình thức nhận tội theo án lệ Alford

Alias Biệt danh Bí danh

Alibi Chứng cớ ngoại phạm Chứng cớ không có mặt tại phạm trường

Alien Ngoại kiều thường trú

Alien Registration Card Thẻ đăng ký ngoại kiều "Thẻ Xanh"

Alimony *(Chữ khác: Spousal support)* Tiền cấp dưỡng cho người phối ngẫu

Allege, to Buộc tội Cáo buộc Qui tội

Allegation *(Chữ khác: Charge Crime Offense)* Sự cáo buộc Viện lẽ

Alleged Bị cáo buộc là Bị cho là Bị xem là Viện lý rằng

Alleged status offender Kẻ phạm pháp theo quy chế (toà án thiếu nhi)

Alleged offense Sự phạm pháp bị cáo buộc

Allocution Lời phát biểu của bị can hoặc nạn nhân trước khi toà tuyên án

Alter markings on a firearm, to Cạo sửa số danh bộ ghi trên vũ khí

Altercation *(Chữ khác: Verbal altercation)* Cuộc cãi cọ ầm ỹ Vụ đôi co

Alternate, to Thay thế Xen kẽ

Alternate juror Hội thẩm dự khuyết

Alternative Giải pháp thay thế

Alternative dispute resolution (ADR) Cách giải quyết việc tranh chấp không phải ra xử trước tòa (qua thủ tục hòa giải arbitration hay mediation)

Alternative sentencing *(Chữ khác: Creative sentencing)* Án phạt không nằm tù Hoán cải hình phạt

AMBER Alert Hệ thống phát thanh và phát tuyến khẩn cấp trường hợp trẻ em bị bắt cóc

Ambush *(Chữ khác: Lying in wait)* Phục kích để bất ngờ tấn công nạn nhân

Amend, to Bổ sung Sửa đổi Tu chính một văn bản pháp lý

Amendment of indictment Tu chính bản cáo trạng

Amicus curiae *(Chữ khác: Friend of the court)* "Người bạn của toà" cố vấn hay đóng góp ý kiến cho toà

Amnesty Ân xá Đại xá

Amnesty, express Ân xá trực tiếp (thể hiện rõ ràng)

Amnesty, implied Ân xá hiển nhiên Ân xá mặc nhiên

Amnesty International Hội Ân Xá Quốc Tế

Ammunition Đạn dược

Anarchy Tình trạng rối loạn Tình trạng vô chính phủ

Angel of death Tử thần Dùng hiểu biết chuyên môn về y khoa để giết người

Anger management class Khoá học giúp người nóng tính ("hay nổi nóng bất tử") để kiềm chế sự giận giữ

Animal cruelty Tội đối xử tàn ác với súc vật

Animal Liberation Front Mặt trận giải thoát thú vật (một tổ chức quá khích giải thoát thú vật bằng phương pháp khủng bố, phá hoại)

Annotation Sự chú giải về pháp lý

Annoy, to Làm cho bực mình Quấy nhiễu Quấy rầy

Annoying calls *(Chữ khác: Crank calls Prank calls Obscene calls)* Gọi điện thoại để đe dọa, chọc ghẹo hoặc phá rối

Annul, to *(Chữ khác: Nullify Void)* Giải tiêu

Annulment *(Chữ khác: Nullity of marriage)* Giải tiêu Phán quyết tiêu hôn

Anonymity Ẩn danh

Anonymous informant Người báo tin ẩn danh Người chỉ điểm

Answer Bản kháng biện (bác bỏ lời cáo buộc) Lời biện hộ của bị đơn Lời phản bác của bị đơn Bản trả lời của bị đơn

Anthrax Một loại độc dược dùng làm vũ khí vi trùng hoặc khủng bố

Anticipatory warrant Lệnh khám xét và bắt giữ được dự kiến, trước khi đồ quốc cấm tới địa điểm

Anti-John law Luật phạt khách chơi điếm (mua dâm)

Antisocial personality disorder Bệnh chứng "bất cần đời"

Antitrust laws Luật cấm khuynh đảo hoặc khống chế thị trường

Apathy *(Chữ khác:* *Nonchalance* *Indifference)* Dửng dưng Lãnh đạm

APB All points Bulletin Bản báo động khẩn cấp của nhà chức trách nhằm truy nã nghi can hoặc người bị mất tích

Appease, to Thoa dịu cơn giận

Apparent Biểu kiến Hiển nhiên Rõ ràng

Appeal, to Chống án Kháng án Kháng cáo

Appeal proceedings Thủ tục kháng án lên Toà Phúc Thẩm

Appeal on the record Thủ tục phúc thẩm dựa trên biên bản hay các tài liệu, kể cả băng thâu, do toà dưới đệ trình

Appear, to Hầu tòa *(Ex: Failure to appear FTA* *Tội bỏ không ra hầu tòa)*

Appearance "Đáo tụng đình" Sự ra hầu tòa

Appearance bond Tiền bảo chứng ra hầu tòa

Appearance notice Giấy báo hầu toà

Appearance of bias Có vẻ thiên lệch hay thiên vị

Appellant Nguyên kháng Người vô đơn kháng cáo

Appellate Court Tòa Phúc thẩm Toà Kháng Án

Appellate case disposition Phán quyết của Toà Phúc Thẩm trong thủ tục xét xét đơn chống án:

> **Affirmed** *Giữ nguyên phán quyết của toà dưới*
> **Modified** *Thay đổi một phần phán quyết của toà dưới*
> **Reversed** *Bãi bỏ phán quyết của toà dưới*
> **Reversed and remanded** *Bãi bỏ phán quyết và truyền xét xử lại*
> **Remanded** *Truyền xét xử lại*

Appellate jurisdiction Thẩm quyền của tòa Phúc thẩm

Appellate review Sự duyệt xét của Toà Phúc Thẩm

Appellee Người bị thưa trong đơn kháng cáo

Appoint, to Ấn định Bổ dụng Bổ nhiệm Chỉ định

Appointed attorney *(Chữ* *khác: Appointed counsel)* Luật sư được chỉ định biện hộ cho bị can

Appointee Người được bổ nhiệm Người được chỉ định

Apportion Sự phân chia tài sản cách công bằng và sòng phẳng (luật ly dị)

Apprehend, to Bắt giữ kẻ phạm pháp Hiểu rõ Lĩnh hội Nhận thức rõ ràng

Apprehension Sự bắt giữ Sự lĩnh hội Sự e sợ *(Ex: Reasonable apprehension: Sự lo ngại có căn cứ)*

Apprehensive Áy náy E sợ Không yên tâm Lo âu

Appropriate, to Chiếm hữu

Arbitrary *(Chữ khác: Autocrat)* Độc đoán Võ đoán

Arbitrary act Hành động võ đoán

Arbitrary and capricious Có tính cách độc đoán và bốc đồng

Arbitration Thủ tục trọng tài Trọng tài phân xử

Arbitrator Vị trọng tài

Arbitration clause Điều khoản trọng tài

Argue, to Biện luận Lập luận Lý luận Tranh cãi

Argument Lập luận Lời biện luận Lời tranh cãi Luận chứng Luận cứ *Opening argument: Lời biện luận mở đầu phiên xử Closing argument Lời biện luận kết thúc phiên xử*

Argumentative Có tính cách tranh cãi Lý sự Thích tranh cãi

Armed robbery Ăn cướp có vũ trang

Arraign, to Khởi tố Thông báo tội danh Luận tội

Arraignment Khởi tố Phiên tòa tuyên bố tội danh

Arrears Tiền cấp dưỡng còn thiếu *To collect arrears: Thu tiền cấp dưỡng còn thiếu Parent in arrears: Cha (hoặc mẹ) còn thiếu tiền cấp dưỡng cho con*

Arrest, to Bắt giữ

Arrest, false Bắt người trái phép

Arrest, lawful Bắt giữ đúng luật lệ

Arrest, malicious Bắt người trái phép vì có ác ý

Arrest of judgment Ngưng thi hành phán quyết của tòa

Arrestee Người bị bắt giữ

Arrest record Hồ sơ bắt giữ

Arrest register Hồ sơ liệt kê các vụ bắt giữ nghi can

Arrest report *(Chữ khác: Incident report Police report)* Biên bản nội vụ Biên bản bắt giữ

Arrest warrant Trát tòa ra lệnh bắt giữ

Arson Tội đốt nhà Tội phóng hỏa

Arson, aggravated Tội đốt nhà với trường hợp gia trọng

Arsonist Kẻ phạm tội đốt nhà

Artifice Mánh khoé gian lận với mục đích lừa đảo ai

Artificial *(Chữ khác: Fictitious Sham)* Giả tạo

Artificial person Pháp nhân

Ascertain, to Minh xác Xác định rõ ràng

Assailant Kẻ hành hung Hung thủ Kẻ tấn công Kẻ gây hấn

Assault, to Hành hung Tấn công

Assault, aggravated Hành hung trường hợp gia trọng

Assault and battery Hành hung và đả thương Tội tấn công và đánh đập

Assault with a deadly weapon Tấn công với vũ khí gây chết người

Assault with intent to murder or maim Hành hung với chủ ý gây án mạng hoặc gây thương tật cho nạn nhân

Assault with intent to rape Hành hung với chủ ý hiếp dâm

Assaultee Kẻ bị hành hung

Assaulter Kẻ hành hung

Assembly Tụ tập Tập hợp

Assembly, unlawful Tụ họp bất hợp pháp

Assent, to Chấp thuận Tán thành Ưng thuận

Assert, to Khẳng định Qủa quyết

Assertion, to make an Khẳng định

Assess, to Ấn định tiền phạt Giám định Thẩm định Xét định

Assess the damages, to Ấn định tiền bồi thường thiệt hại

Assess a fine, to Ấn định tiền phạt vạ

Assess the situation, to Kiểm điểm Nhận định tình hình

Assessment of compensations Xác định mức độ tiền bồi thường

Assets and liabilities Của cải và nợ nần Tích sản và tiêu sản

Assign, to Phân công Phân nhiệm

Assign guilt, to Qui tội

Assignee Người được chỉ định Người được ủy quyền

Assigned counsel *(Chữ khác: Court appointed attorney)* Luật sư được toà chỉ định cãi thí cho bị can

Assistance of counsel Có luật sư biện hộ

> *Effective assistance of counsel:* Được sự bào chữa, giúp đỡ tận tình của luật sư
>
> *Ineffective assistance of counsel:* Sự giúp đỡ (biện hộ) không có hiệu quả

Assisted suicide Tội giúp phương tiện tự tử

Associate Cộng sự viên

Associate justice Phụ thẩm
(Xin xem chữ Chief Justice Chánh Nhất)

Assumed fact not in evidence Sự kiện giả dụ - không phải là bằng chứng

Assumed name: (Chữ khác: fictitious name) Dùng tên giả Lấy tên giả

Assumption Sự suy đoán

Assumption of innocence Suy đoán vô tội

Assumption of risks Gánh chịu mọi rủi ro

At issue Vấn đề đang tranh chấp

At large Tại đào

At risk youth Thiếu niên sống buông thả

At stake Đang bị đe dọa Đang bị lâm nguy

Atone for, to Đền tội

Atrocious assault Hành hung tàn bạo

Atrocity Sự tàn ác vô nhân đạo

Attach, to Tịch biên

Attachment Lệnh tịch biên tài sản để trừ nợ Sự sai áp tài sản

Attachment of earnings Sai áp tiền lợi nhuận để trừ nợ

Attack, to Công kích Tấn công

Attempt, to Toan phạm

Attempted assault Toan tính hành hung

Attempted rape Toan tính hiếp dâm

Attempted suicide Toan tính tự tử

Attest, to Chứng nhận Chứng thực (sau khi đã tuyên thệ)

Attitude (Chữ khác: posture) Thái độ
Hostile posture: Thái độ thù nghịch

Attorney-client privilege Đặc quyền liên hệ giữa luật sư và thân chủ

Attorney at law Luật sư bào chữa

Attorney-in-fact Người thụ ủy Người được ủy quyền

Attorney's fee Tiền thù lao luật sư

Attorney General Bộ Trưởng Tư Pháp Mỹ

Attorney of record (Chữ khác: Counsel of record) Luật sư nhiệm cách Luật sư biện hộ chính thức

Attributable Có thể quy cho

Authenticate, to Chứng thực

Authentication Sự chứng thực chữ ký Sự xác nhận một văn kiện là đúng

Authoritative precedent (Chữ khác:
Binding precedent
Ruling precedent)
Án lệ có hiệu lực bắt buộc

Authority Quyền uy

Authority *Thẩm quyền*
Uy Quyền
Power *Quyền bính*
Quyền hành Quyền lực
Right: *Quyền*
Authority Tiền lệ pháp lý
Automatic wage deduction
Khấu trừ thẳng vào tiền
lương để trả tiền cấp dưỡng
Auto tampering Tội ngụy tạo
hay sửa đổi các bộ phận
trong xe hơi

Autopsy *(Chữ khác:*
Postmortem examination)
Giảo nghiệm tử thi
Auto theft Tội ăn cấp xe hơi
Award Phán quyết (dân sự tố
tụng) [thường dùng trong
thủ tục trọng tài]
Awareness Sự giác ngộ Ý thức
**AWOL Absent without official
leave** Đào nhiệm Vắng mặt
bất hợp pháp
Auxiliary officer Cảnh sát trừ
bị

B b

BAC Blood Alcohol Content Độ rượu trong máu

BAC Verifier Máy đo độ rượu trong máu

Baby bartering *(Chữ khác: Baby selling)* Tội buôn bán trẻ sơ sinh

Baby snatching *(Chữ khác: Child kidnapping)* Tội Bắt cóc con nít

Backlog Sự ứ đọng

Bad behavior Hành vi xấu xa

Bad character Tính tình xấu

Bad check Chi phiếu không tiền bảo chứng "Check lũng"

Bad debt Món nợ "chết" không bao giờ trả được

Bad faith Gian trá Thiếu chân thật

Bad touching Tội sờ mó trẻ em bậy bạ

Badge Phù hiệu cảnh sát

Badgering a witness Áp đảo một nhân chứng Tấn công một nhân chứng

Badges and shields Phù hiệu của cơ quan công lực Phù hiệu cảnh sát

Bail Tiền bảo chứng, tiền thế chân để "tại ngoại hầu tra"
> *Free on bond/bail: Được tự do tạm sau khi đóng tiền thế chân tại ngoại*
> *Out on bail: Tại ngoại hầu tra sau khi đóng tiền thế chân*
> *To jump bail: Bỏ trốn không ra trình diện sau khi đóng tiền thế chân*
> *To post bail: Đặt tiền thế chân*
> *Surrender of bail: trả lại tiền thế chân do đầu thú*

Bail, cash Thế chân bằng tiền mặt

Bail application Đơn xin tại ngoại

Bail bond Chứng phiếu thế chân Giấy bảo chứng "Giấy bảo đảm" Giấy ký quỹ tại ngoại

Bail bondsman Người bán phiếu bảo chứng

Bail enforcement agent Nhân viên tầm nã kẻ bỏ trốn tòa sau khi được tại ngoại

Bail exoneration Hoàn lại tiền thế chân

Bail forfeiture Tiền thế chân bị tịch thu

Bail jumping Tội bỏ trốn sau khi đóng tiền thế chân

Bail reinstatement Tái thiết lập tiền thế chân

Bail review Xét lại tiền thế chân

Bail revocation Thâu hồi lệnh cho phép đặt tiền thế chân

Bailable offense Tội phạm có thể tại ngoại

Bailiff *(Chữ khác: Courtroom deputy Courtroom attendant)* Viên cảnh lại Nhân viên giữ trật tự trong toà

Bait and switch, to Mánh lới quảng cáo để chiêu dụ khách hàng

Ballistics expert Chuyên gia về đạn đạo

Banged up Bị đánh nhừ tử

Banishment Hình phạt biệt xứ, lưu đầy

Bank fraud Tội gian lận với ngân hàng

Bank robbery Tội ăn cướp ngân hàng

Bankruptcy Sự khánh tận Sự phá sản Sự vỡ nợ

Bankruptcy fraud Tội ngụy tạo phá sản

Bar Association Luật Sư Đoàn

Baton *(Chữ khác: Nightstick)* Dùi cui của cảnh sát

Battered child syndrome Hội chứng trẻ em bị ngược đãi

Battered woman syndrome Hội chứng phụ nữ bị bạo hành hay ngược đãi *Cũng có thể dùng*
   'Battered wife syndrome'
   'Battered spouse syndrome'

Battering ram Trục sắt (hoặc gỗ của cảnh sát) để phá sập sào huyệt kẻ gian phi

Battery Sự đánh đập Sự đả thương

Bear witness, to Làm chứng

Beat Khu vực tuần tiểu của cảnh sát

Beat someone hollow, to Đánh ai đại bại "không còn một manh giáp"

Beat soneone up, to Đánh nhừ tử

Behavior Hạnh kiểm, hành vi
   Addictive behavior *Hành vi nghiện ngập*
   Bad behavior *Hành vi xấu xa*
   Criminal behavior *Hành vi cấu thành tội phạm*

Disorderly behavior
*Hành vi gây rối trật tự
công cộng*
Disruptive behavior
Hành vi gây rối tại toà
Good behavior *hạnh
kiểm tốt*
Reckless behavior *Hành
vi cẩu thả, bạt mạng*
Rowdy behavior *Hành
vi gây rối loạn du côn*
Violent behavior *Hành
vi bạo động*

Belligerent Hiếu chiến Hiếu
thắng Thích gây gỗ Thích
gây sự

Bench Án thư của thẩm phán
("Quan Tòa") Toà án

**Bench conference *(Chữ khác:
Sidebar conference)*** Hôi
kiến với thẩm phán tại án
thư

Bench legislation
Luật do chánh án đặt ra khác
với ý của cơ quan lập pháp

**Bench trial *(Chữ khác: Judge
trial)*** Xét xử bởi quan toà
(không có hội thẩm đoàn)

Bench warrant Trát tòa ra lệnh
bắt giữ Lệnh tầm nã Lệnh
truy nã

Bench warrant recall Thâu hồi
lệnh tầm nã hay truy nã

Benefit of the doubt, the Vì
còn nghi ngờ nên không
buộc tội hay kết tội được
Nghi ngờ có lợi cho bị can

Best evidence Chứng cứ
nguyên thuỷ

Best interest of the child Tiêu
chuẩn cho việc bảo vệ quyền
lợi cho đứa trẻ trong trường
hợp bố mẹ ly dị

Bestial behavior Thú tính

Bestiality Tội giao hợp giữa
người và súc vật

(To the) best of my knowledge
Theo sự hiểu biết tốt nhất
của tôi

Bet, to *(Chữ khác: Wager)*
Đánh cá cược Đánh số đề

**Betting *(Chữ khác: Pool
selling)*** Tội cá cược

Beyond all doubt Vượt trên
mọi nghi vấn

Beyond a reasonable doubt
Ngoài nghi vấn hợp lý, vượt
nghi vấn hợp lý

Beyond the scope of direct
Ngoài phạm vi trực vấn

Bias Thành kiến Thiên vị
Thiên kiến
Juror's bias *Thành kiến
của hội thẩm*
Judicial bias *Thành
kiến của quan tòa*

Biased juror Hội thẩm có thành
kiến

Bifurcated Được phân định
Được tách riêng

Bifurcated trial Các giai đoạn
xét xử riêng trong vụ án đại
hình

Bigamy Tội song hôn

Big Brothers and Sisters of America Các tình nguyện viên Đàn Anh và Chị Tinh Thần hướng dẫn thiếu niên tập luyện nhân cách (Một tổ chức xã hội nhằm giúp thiếu nhi phạm pháp trở thành công dân tốt)

Bill of particulars Chi tiết về tội trạng

Bill of Rights Đạo luật về quyền công dân theo Hiến Pháp Hoa Kỳ

Bind over, to Ra lệnh giữ bị can lại chờ xong thủ tục pháp lý (sau phiên tòa xét về tội chứng)

Binding arbitration Phán quyết trọng tài có hiệu lực ràng buộc

Binding law Luật ràng buộc

Binding precedent Án lệnh có hiệu lực ràng buộc

Birth father/mother *(Chữ khác: biological father/ mother)* Cha/mẹ đẻ

Bitemark identification Giảo nghiệm vết răng cắn trên người nạn nhân để xác định danh tính của thủ phạm

Blackjack Dùi cui sắt có bọc da

Blackmail, to Đe doạ Hăm doạ Tống tiền

Blacklist Sổ đen

Black market Chợ đen Thị trường đen

Black rage Sự căm phẫn của người Mỹ da đen

Blasphemy Tội phạm thượng Tội phạm tới tôn giáo hoặc phá phách ảnh tượng phụng tự (theo thông luật của Hoa Kỳ)

Block watch Tổ chức canh chừng kẻ lạ mặt khả nghi trong khu xóm

Blood Alcohol Content BAC *(Chữ khác: Blood Alcohol Concentration)* Lượng rượu trong máu

Blood alcohol level Mức độ rượu trong máu

Blood alcohol test Thử nồng độ rượu trong máu

Blood feud Sự tranh chấp giữa hai giòng họ

Blood kin Người có họ máu Ruột thịt

Blood money Tiền thuê kẻ giết mướn

Bloods Băng đảng du đãng thiếu niên "Bloods"

Bloodstain Vết máu tìm được trên người nạn nhân hoặc phạm trường

Bludgeon Một loại dùi cui dùng để tấn công đối thủ

Blue-collar workers Dân lao động Thợ thuyền

Blue wall of silence Bức tường im lặng (việc tự điều tra nội bộ cảnh sát khi bị dân khiếu nại hay thưa kiện)

Blue-ribbon jury Bồi thẩm đoàn lý tưởng

Blunt trauma Chấn thương vì bị hành hung (vết thương không cắt vào da thịt)

Board of parole Hội đồng xét định việc phóng thích tù nhân trước khi hết hạn tù

Bodily harm Thương tật

Body attachment Câu lưu nhân chứng

Body belt Đai sắt kiềm chế tù nhân

Body cavity search Khám xét chỗ kín của nghi can để tìm đồ quốc cấm

Body wire Gài giấu dây thâu thanh trên người

Bogus check *(Chữ khác: Bad check)* Chi phiếu không tiền bảo chứng Chi phiếu giả

Bodily harm Gây sự đau đớn, bệnh tật hoặc suy yếu cho cơ thể

Bodily injury Thương tích thân thể

Bombard, to Tấn công tới tấp

Bomb hoax Tội đe dọa gài bom (không có thiệt)

Bombing incident Vụ đặt chất nổ, gài bom và cho nổ bom với mục đích cướp bóc

Bomb squad Đội dò tìm và tháo gỡ chất nổ hoặc bom đạn

Bona fide *(Chữ khác: Good faith)* Có thực tâm Có thành ý Lòng thành thực Sự ngay tình

Bond Bảo chứng phiếu
Performance bond Surety bond Bảo phiếu cam kết hoàn thành công việc hay dự án

Bond hearing Phiên tòa xin tại ngoại

(Male) bonding Mối liên hệ gắn bó giới mày râu

Bondsman Người phát hành bảo phiếu

Booby trap gài bẫy

Bookie *(Chữ khác: Bookmaker)* Người ghi số cá cuộc

Book, to Tống giam

Booking Thủ tục tống giam vô tù

Booking officer Nhân viên làm thủ tục tống giam

Bookmaking Tội làm số đề Tội đánh cá

Boot camp Trại cải huấn, trại huấn nhục (theo kiểu quân đội) dành cho thiếu niên phạm pháp

Bootlegging Chế tạo rượu lậu

Both parties Hai bên tụng phương Hai bên đối tụng

Bounty hunter Người đi truy nã bị cáo tại đào (sau khi đóng tiền thế chân tại ngoại)

Brandishing a weapon Vung vũ khí lên để dọa nạt

Brass knuckles Quả đấm sắt dùng để hạ địch thủ

Brawl *(Chữ khác: Fighting)* Ẩu đả

Breach of agreement Vi phạm bản hợp đồng

Breach of conditions Vi phạm các điều kiện khi tại ngoại

Breach of contract Bội ước

Breach of decorum Bất lịch sự Khiếm nhã Mất lịch sự

Breach of law Vi phạm luật

Breach of promise Bội ước

Breach of rules and regulations Vi phạm các qui định hay điều lệ, nội qui

Breach of the peace *(Chữ khác:*
Disturbing the peace
Disturbance of the peace
Offense against public peace
Public disturbance) Tội phá rối trị an

Breach of trust Bội tín

Break the law, to Phạm luật

Breakdown of the marriage Sự tan vỡ về hôn nhân

Break out of prison, to Vượt ngục bằng bạo lực

Break into a house/building, to Cậy cửa, phá cửa vào nhà để trộm đồ Xâm nhập

Breaking Hành động "nhập nhà", hành động xâm nhập để ăn trộm

Breaking and entering Cậy cửa và xâm nhập

Breathalyzer Máy đo hơi rượu (để tìm độ rượu trong máu của nghi can)

Breathalyzer test Thử hơi rượu

Bribe, to Đút lót Hối lộ

Bribe giver Người đưa tiền hối lộ đút lót

Bribe taker Người nhận tiền hối lộ

Bribery Sự hối lộ

Brief Bản tóm lược lời biện luận của luật sư Lý đoán

Bring an action, to Vô đơn thưa kiện

Brothel Nhà chứa "Nhà thổ"

Bruise marks *(Chữ khác:*
Contusion) Vết bầm tím

Brutal killing Giết người hết sức dã man tàn bạo

Bugging Đặt máy nghe lén để điều tra Kỹ thuật ghi âm và nghe lén

Bulletproof vest Áo chắn đạn

Bullpen Phòng tạm giam

Bullying Prevention Program Chương trình ngăn ngừa tội ăn hiếp (bắt nạt) tại trường học

Burden of proof Trách nhiệm dẫn chứng Trách nhiệm chứng minh tội phạm Trách nhiệm về bằng chứng

Burglary Tội ăn trộm Tội đào ngạch Tội "nhập nhà"

Business of convenience "Làm ăn" hay kinh doanh vì mối lợi bất chính

Business Doanh thương

Business law Luật kinh doanh

Business records exception Hồ sơ doanh nghiệp không bị ràng buộc bởi qui luật *Hearsay rule (nghe nói, nghe đồn)*

Bust Sự bắt giữ

But for Nếu không có

BUT FOR test Sự xét nghiệm về quan hệ giữa nguyên nhân và hậu quả

Buy and bust operation Hành quân (của cảnh sát chìm) mua và bắt giữ kẻ buôn bán hoặc xử dụng ma tuý hay đồ quốc cấm Hành quân bố ráp của cảnh sát

By implication of law Theo hàm ý của đạo luật

Bystander Kẻ có mặt tại phạm trường

C c

Cache Hầm giấu vũ khí hoặc ma tuý

Cadaver *(Chữ khác: A dead body)* Xác chết

Cahoots Thông đồng cấu kết với

(Ex: To be in cahoots with To be in collusion with To be in connivance with)

Calculated homicide Tội giết người có chủ ý và tính toán

Calamity Tai biến Tai họa Tai ương

Calendar *(Chữ khác: Court Calendar)* Lịch đăng đường Lịch toà Lịch trình các phiên xử hay phiên tòa

Calendar call Điểm danh trên lịch toà

Caliber Đường kính nòng súng

Call girls Gái điếm Gái gọi

Call service Tội bán dâm có hẹn trước

In-call service Bán dâm theo hẹn tại nhà chứa
Out-call service Bán dâm tại nhà thân chủ hoặc phòng khách sạn của thân chủ

Call somebody names, to Chửi rủa ai

Call the jury, to Triệu tập hội thẩm đoàn Triệu tập bồi thẩm đoàn

Call to testify, to Gọi ra tòa làm chứng

Calls

Obscene phone calls: Những cú điện thoại tục tĩu

Calls for speculation Gợi sự suy đoán

Calumny Tội vu khống Tội phỉ báng

Camera *(Chữ khác:*
In camera
In Judge's chambers)
Trong phòng làm việc của quan tòa (thẩm phán)

Campus crime Tội phạm xẩy ra trong khuôn viên đại học

Campus unrest Chuyện biến loạn xẩy ra tại đại học

Canine (K9) Cảnh khuyển Đội quân khuyển của cảnh sát

Caning Hình phạt đánh bằng roi

Cannibalism Tội ăn thịt người

Canon law *(Chữ khác: Church law)* Luật giáo hội

Canon of law Nguyên tắc pháp luật

Canon of Judicial Ethics Qui luật về tác phong nghề nghiệp dành cho cấp thẩm phán

Canvass Phương pháp và thủ tục thu thập tin tức để dò tìm nghi can tại khu vực phạm trường

Capacity Năng lực Khả năng
Criminal capacity: Năng lực/khả năng hành động theo hình sự

Capacity defense Sự bào chữa dựa trên năng lực của bị can *(Ex: Diminished capacity Diminished responsibility Partial responsibility Partial insanity Khả năng hành động bị giảm thiểu/suy yếu vì chấn thương, say sưa hay bệnh tật)*

Capital crime *(Chữ khác: Capital offense)* Tội có thể bị án tử hình hoặc chung thân

Capital defendant Bị can tội đại hình có thể bị án tử hình hoặc chung thân

Capital punishment Án phạt tử hình Hình phạt tử hình

Capitalize, to *(Chữ khác: Make use of*

Take advantage of) Lợi dụng cơ hội

Capias Lệnh bắt giữ bị đơn phải ra hầu toà

Capricious Bốc đồng Tuỳ hứng
Arbitrary and capricious Có tính cách độc đoán và bốc đồng

Caption Đề mục một vụ án Nhan đề Tiêu đề

Car bomb Bom hay chất nổ gài trong xe để phá hoại

Care Trông nom săn sóc

Care and custody Sự chăm sóc và giám hộ

Care and diligence Sự cẩn trọng và cần mẫn trong khi thi hành nhiệm vụ

Caregiver *(Chữ khác: Caretaker Custodian)* Người có trách nhiệm giám hộ và săn sóc con trẻ hoặc người già hay khuyết tật

Career criminal *(Chữ khác: Career offender)* Phạm nhân chuyên nghiệp thập thành Phạm nhân có nhiều tiền án

Career offender Kẻ tái phạm chuyên nghiệp

Carjacking Tội ăn cướp xe hơi

Carnage *(Chữ khác: Mass killing Mass murder)* Giết người tập thể Tàn sát

Carnal abuse *(Chữ khác: Sexual abuse)* Lạm dụng về tình dục

Carnal knowledge Tội giao cấu với người khuyết tật hoặc trẻ vị thành niên

Car prowling Tội đập bể cửa kính xe để trộm đồ trong xe

CASA Court Appointed Special Advocates Chuyên gia xã hội do Tòa chỉ định lo việc bảo vệ và bênh vực quyền lợi của trẻ em bị ngược đãi

Case Vụ kiện (dân sự tố tụng) Vụ án (hình sự)

Case file Hồ sơ vụ án Hồ sơ vụ kiện

Case at bar *(Chữ khác: Case at bench*
Present case)
Vụ án đang được đưa ra xét xử

Case in point Án lệ tương tự

Case law Án lệ

Case of first impression Vụ án không dựa trên án lệ Vụ án không có án lệ chỉ đạo

Case setting Phiên toà ấn định ngày giải quyết nội vụ

Cash bail Tiền thế chân

Castration Hoạn Thiến

Catamite Kẻ bán dâm đàn ông (giới đồng tính luyến ái)

Cat burglar Kẻ trộm chuyên leo tường

Catch question Câu hỏi gài bẫy

Catch 22 Thế kẹt Tiến thoái lưỡng nan

Categorical question Câu hỏi theo thể loại

Categorically Cực lực

Causation Quan hệ nhân quả

Cause and effect Luật nhân quả

Cause of action Nguyên nhân khởi tố

Cause, probable Tội chứng (Lý do chính đáng)

Cause celèbre Vụ xử nổi tiếng Vụ xử được nhiều sự chú ý

Caution *(Chữ khác: Discrettion)* Thận trọng

Caveat Cảnh cáo Sự báo trước Thủ tục xin ngưng xử

Cease and desist order *(Chữ khác: Injunction Restraining order)* Lệnh đình chỉ và hủy bỏ

Cell Phòng giam "Xà lim"

Cellmate Bạn tù

Censure Sự khiển trách và phê bình giới chức phạm lỗi

Certificate Chứng thư

Certificate of civil status Chứng thư hộ tịch

Certificate of probable cause Chứng thư ghi rõ tội chứng của nghi can

Certificate under penalty of perjury Chứng thư có thể dùng thay cho chứng thư hữu thệ (affidavit)

Certification Bản bá cáo hữu thệ về sự việc xẩy ra Sự chứng thực

Certification hearing Phiên toà xét định tư cách thích hợp

Certified Chứng thực

Certified copy Bản sao có chứng thực Bản sao được thị thực

Certiorari Lệnh đòi hồ sơ tòa dưới đệ trình tòa trên để phúc thẩm

Chain of custody Bảo tồn nguyên trạng bằng chứng (từ khi thâu thập cho tới khi trình toà)

Chain reaction accident Tai nạn dây chuyền

Challenge, to Đặt vấn đề Phản đối (trong việc lựa chọn hội thẩm)

Challenge for cause Bác bỏ hội thẩm có lý do

Peremptory challenge Bác bỏ hội thẩm không cần nêu lý do

Challenge to the array Không công nhận toàn bộ hội thẩm đoàn (vì lý do thiếu sự vô tư của hội thẩm)

Chambers Phòng làm việc của thẩm phán

Change of circumstances Thay đổi về hoàn cảnh (để xin điều chỉnh việc cấp dưỡng)

Change of plea Đổi lời tuyên bố nhận tội

Change of venue Xin đổi nơi xử án

Character witness Nhân chứng về hạnh kiểm, tư cách của bị cáo

Non-prejudicial Character Tư cách hay đặc tính không gây định kiến

Prejudicial character Tư cách hay đặc tính có thể gây ra định kiến

Character evidence Bằng chứng về tư cách hay cá tính của bị can

Characterization Thủ tục phân loại tài sản riêng và tài sản chung trong vụ xử li dị

Charge Cáo trạng, tội trạng Lời cáo buộc

Press charge, to Khởi tố

Charge to the jury *(Chữ khác: Admonishment to the jury)* Chỉ thị cho bồi thẩm đoàn Huấn thị cho bồi thẩm đoàn

Charging documents *(Chữ khác:*

Complaint

Information

Indictment) Hồ sơ cáo trạng Bản cáo trạng

Chargeable negligence *(Chữ khác: Culpable negligence)* Sự cẩu thả Sự sơ xuất đáng trách có thể bị truy tố

Chargeable offense Có thể bị cáo buộc về hình sự

Cheating Tội Gian lận Lừa đảo

Check fraud Tội làm giả mạo chi phiếu

Check fraud scheme Tổ chức phát hành chi phiếu giả

Check kiting Viết chi phiếu trên "trương mục ma"

Chemical Dependency Disposition Alternative (CDDA) Bản án cho phép thiếu nhi phạm pháp tham dự chương trình cai rượu hoặc ma tuý (thay vì bị giam giữ tại trại cải huấn thiếu nhi)

Chief judge *(Chữ khác: Presiding judge)* Chánh thẩm Vị chánh án

Chief justice Chánh Nhất Tối Cao Pháp Viện

Child abuse *(Chữ khác: Child maltreatment)* Tội bạo hành trẻ em Tội ngược đãi con cái

Child born out of wedlock con ngoại hôn

Child custody and support Quyền giám hộ và nuôi coi

Child custody evaluation Thủ tục điều tra giám định để giúp toà giải quyết việc nuôi giữ con và quyền thăm con

Child endangerment Đặt đứa bé vào tình trạng nguy hiểm

Child kidnapping *(Chữ khác: Child stealing Baby snatching)* Tội bắt cóc con nít

Child molestation Tội cưỡng dâm trẻ em dưới 14 tuổi Tội rờ mó trẻ em Tội sờ soạng trẻ em Tội xâm phạm tiết hạnh trẻ em

Child neglect Tội bỏ bê trẻ em

Child pornography Tội bắt trẻ em đóng phim khiêu dâm

Child Protection Act Đạo luật về Bảo Vệ Thiếu Nhi

Child protective custody Quyền giám hộ của chính quyền để bảo đảm sự an toàn cho đứa bé trong tình trạng nguy hiểm (luật gia đình)

Child Protection Services CPS Cơ quan bảo vệ thiếu nhi

Child support Việc cấp dưỡng cho con Tiền cấp dưỡng cho con

Child support enforcement agency Cơ quan điều hành việc thâu tiền cấp dưỡng

Child support guidelines Tiêu chuẩn tính tiền cấp dưỡng

Children In Need of Supervision CHINS Chương trình giúp đỡ trẻ em ngỗ nghịch

Chop shop Garage chuyên tháo gỡ "làm thịt" xe ăn cắp để tẩu tán

Circuit court of appeals Tòa Phúc Thẩm Liên Bang

Circuit judge Thẩm phán Toà Phúc Thẩm Liên Bang

Circumstance Trường hợp Hoàn cảnh

> *Aggravating circumstance* Trường hợp gia trọng
>
> *Extenuating circumstance* Trường hợp ngoài ý muốn (giảm khinh)
>
> *Mitigating circumstance* Trường hợp giảm khinh
>
> *Extraordinary circumstance* Trường hợp bất thường Trường hợp ngoại lệ

Circumstantial evidence Bằng chứng gián tiếp

Circumvent, to Tránh né

Citation Giấy báo trình diện toà (Tòa lưu thông) Trát hầu toà Giấy phạt Viện dẫn

> *Judicial citation* Trát hầu tòa
>
> *Legal citation* Trích dẫn điều luật Viện dẫn văn bản pháp lý
>
> *Traffic citation Ticket* Giấy phạt vi cảnh

Citizen informant *(Chữ khác: Co-operating informant "Snitch")* Người chỉ điểm Tên chỉ điểm

Citizen's arrest Bị công dân bắt giữ

City attorney Công tố viên thành phố

City court Toà án tỉnh

Civil action Dân sự tố tụng Vụ kiện

Civil case Vụ án dân sự tố tụng

Civil commitment Áp giải vào cơ sở điều trị thay vì vào tù

Civil commotion Sự công phẫn của dân chúng

Civil disobedience Biểu tình phản đối bằng việc bất tuân luật lệ

Civil law Dân luật Dân sự tố tụng

Civil liberties Quyền tự do dân sự

Civil litigation Dân sự tố tụng

Civil marriage Hôn nhân theo luật đời Lễ nghi hôn phối tại toà do thẩm phán hay phụ thẩm chủ sự

Civil matters Hộ sự

Civil union *(Chữ khác: same sex marriage)* Sự quan hệ sống chung giữa hai người cùng phái tính

Civil penalty Quyền của nạn nhân đòi bồi thường thiệt hại do kẻ phạm pháp gây ra

Civil procedure Thủ tục tố tụng

Claim Đơn khiếu nại Sự đòi bồi thường Yêu sách

Clandestine Công tác bí mật

Class action Một vụ kiện tập thể

Clause Điều khoản Ước khoản

Clear and concise Rõ ràng và khúc triết

Clear and convincing evidence Bằng chứng rõ ràng và đáng tin cậy hoặc có thể thuyết phục được

Clear and present danger Mối nguy Nguy hiểm rõ ràng và trực tiếp

Clemency Ân xá Sự khoan hồng đối với phạm nhân do Tổng Thống hay Thống đốc chuẩn ban

Clerk Viên lục sự (viết hoa)

Clerk's office Văn phòng lục sự

Clerk of court *(Chữ khác: Court clerk)* Thư ký toà

Client confidentiality *(Chữ khác: Attorney-Client Privilege)* Đặc quyền giao tiếp giữa luật sư và thân chủ

Clinic interference Tội xâm nhập bất hợp pháp và gây cản trở công việc điều hành của một y viện

Closing argument *(Chữ khác: Final argument Closing statement)* Kết thúc tranh luận Lời biện luận cuối cùng của luật sư (trước khi hội thẩm đoàn luận án) Lời biện luận kết thúc

Clue Manh mối

Co-conspirator Kẻ đồng loã trong âm mưu phạm tội hình sự Kẻ đồng mưu

Co-defendant Đồng bị cáo Đồng phạm

Code Bộ luật

Code of criminal procedure Tổng hợp các qui phạm về hình sự

Code of ethics Tác phong nghề nghiệp

Code of federal regulations Tổng hợp các qui phạm về hành chánh của chính phủ liên bang

Code of professional responsibility *(Chữ khác: Code of ethics)* Các qui phạm về tác phong chuyên nghiệp

Code of secrecy *(Chữ khác: Code of silence)* Qui phạm giữ im lặng để tỏ tình đoàn kết với đồng đội bị tố giác "Im lặng là vàng"

Codicil Tài liệu bổ sung cho tờ di chúc

Codified law Luật điển chế

Coerce, to Cưỡng chế Cưỡng ép

Coerced confession Lời thú tội bị thúc ép

Coercion Sự cưỡng ép/cưỡng chế/thúc ép… để thú tội hay nhận tội

Cohabitation Tình trạng sống chung

Cohort Bộ hạ Thuộc hạ

Coldblooded Không gớm tay Nhẫn tâm Thô bạo

Coldblooded killing Giết người không gớm tay Giết người cách thô bạo

Cold turkey Tự cai nghiện bất ngờ

Collaborative law Điều luật nhằm giải quyết ngoài toà sự tranh chấp giữa đôi bên

Collateral Vật cầm cố để bảo đảm cho món nợ Vật thế chấp

Collateral attack Việc xin bác bỏ gián tiếp phán quyết của tòa (Kháng án nêu lý do phụ thuộc)

Collateral consequence Hình phạt thêm vào án phạt chính của bị can (thí dụ: vì phạm tội say rượu khi lái xe bị can sẽ bị thu hồi bằng lái trong ba tháng)

Collateral issue Vấn đề bổ sung

Collection agency Cơ quan đòi nợ

Colloquy Cuộc hội đàm giữa luật sư và thẩm phán trong tiến trình một phiên tòa

Collusion Sự thông đồng

Collusive Thông đồng

Come into effect, to Bắt đầu có hiệu lực thi hành

Come within the jurisdiction, to *(Chữ khác: To fall within the jurisdiction)* Thuộc thẩm quyền xét xử

Commercial crimes Các tội phạm về thương mại

Commercial law *(Chữ khác: Trade law)* Luật thương mại

Commercial sexual abuse of a minor Lạm dụng tình dục trẻ vị thành niên với mục đích thương mại

Commingle *(Chữ khác: Comingle)* Sự nhập chung trương mục cá nhân và trương mục kinh doanh

Commissioner Phụ thẩm Uỷ viên pháp lý

Commit, to Phạm tội Tổng giam

Commit atrocity, to Phạm tội tới mức độ hết sức dã man tàn ác vô nhân đạo

Commit an act of violence Phạm tội bạo hành

Commitment Lệnh tổng giam Sự tổng giam

Commitment order Lệnh áp giải tù nhân có bệnh tâm thần vào khu giam giữ đặc biệt để chữa trị

Mandatory commitment Bị can bị áp giải vào dưỡng trí viện vì lý do điên khùng

Common law *(Chữ khác: Case law Court law)* Thông luật Luật bất thành văn

Common law wife Vợ không có hôn thú

Commontion Sự biến động Sự
huyên náo xôn xao Sự rối
loạn

Commonwealth attorney
Công tố viên tại một số tiểu
bang (thuộc "khối thịnh
vượng chung")

Communication Sự truyền đạt
Truyền thông

**Communication with a minor
for an immoral purpose**
Tội nói chuyện dâm ô với
trẻ em

Community obligations Trách
nhiệm chung về các món nợ
phải trả (luật li dị) [Trái vụ
cộng đồng]

Community placement Lệnh
quản chế

Community property Tài sản
chung của vợ chồng

Community service hours Giờ
phạt lao tác Lệnh lao tác do
quản chế giám sát

Community supervision *(Chữ
khác: Probation)* Đặt dưới
quyền giám sát của cơ quan
quản chế

Commutation Quyền giảm án
do Tổng Thống hay Thống
đốc chuẩn ban

Commutation of sentence Sự
giảm án

Commute, to Hoán cải hình
phạt

Commuted penalty Hình phạt
giảm khinh

Comparative negligence Sự
cẩu thả do lỗi của cả hai bên
đối tụng

Compassion Lòng trắc ẩn

Compelling presumption Sự
suy đoán không thể bác bỏ
được Sự suy đoán có sức
thuyết phục

Compensate, to *(Chữ khác:
Offset, to)* Bù trừ

Compensation *(Chữ khác:
Indemnity)* Bồi khoản Sự
bồi thường

Competence Sự có đủ năng
lực pháp lý Quyền tài phán
Thẩm quyền xét xử

Competency to stand trial Có
đủ năng lực pháp lý để ra xử
Có khả năng hầu toà

Competency evaluation Sự
giám định về năng lực tinh
thần

Competency hearing *(Chữ
khác:*
1. Competency proceeding
2. Fitness hearing) Phiên
tòa xét định khả năng nhận
định của bị cáo

Complainant Nguyên đơn
khởi tố

Complaint Lời cáo buộc, tố
cáo, cáo trạng (hình sự);
Đơn khởi tố, lời khởi tố
(dân sự tố tụng)

Complement, to Supplement
Bổ sung Bổ túc

Complicity Sự đồng lõa, sự
tòng phạm

Compliance Sự chấp hành Sự
tuân hành các điều kiện, luật
lệ
*Law compliance Sự tuân
theo pháp luật*

Comply, to Tuân hành các điều
kiện hoặc chỉ thị hay theo
qui định

**Components of a crime *(Chữ
khác: Elements of a crime)***
Các yếu tố cấu thành tội
phạm

Composite drawing Bức minh
hoạ một nghi can của cảnh
sát dựa trên sự mô tả của
nạn nhân

Compound question Câu hỏi
có tính cách tổng hợp

**Compounding a crime *(Chữ
khác: Compounding a
felony)*** Điều đình và trao
đổi để không truy tố một tội
phạm Tội dung túng

**Comprehend, to *(Chữ khác:
Understand, to)*** Lãnh hội

Compromise, to Dung hòa
Nhân nhượng Thỏa hiệp

Compromise, to Gây phương
hại

Computer crime Tội phạm về
máy vi tính

Computer hacking Tội dùng
máy vi tính để xâm nhập
máy vi tính khác (để phá

hoại hoặc gây rối loạn cho
hệ thống)

Computer theft Tội ăn cắp lý
lịch cá nhân bằng cách xử
dụng máy vi tính

Computer trespassing Tội xâm
phạm hệ thống máy vi tính
Tội xử dụng máy vi tính bất
hợp pháp

Concealed weapon Vũ khí dấu
kín

Concealment Sự che dấu, dấu
diếm, che đậy

Conceited and haughty Tự
cao tự đại

**Concentration of alcohol in
blood** Độ đông đặc của
rượu trong máu

Conciliation Sự dàn hoà Sự hoà
giải Sự thoa dịu những khác
biệt (trong thủ tục li dị)

Conclusion Phần kết thúc, kết
cuộc một phiên toà hay lời
biện luận

Conclusive evidence Bằng
chứng quyết định

Conclusive presumption Sự
suy đoán không thể bác bỏ
được

**Concoct, to *(Chữ khác: Cook
up a story, to)*** Bày ra Bịa ra

Concocted evidence Bằng
chứng bịa đặt

Concurrent sentence Bản án
song hành Thụ án song hành

Conditional pardon Ân xá có
điều kiện

Conditional release Phóng thích có điều kiện

Conditions of parole Các điều kiện được phóng thích trước hạn tù Được phóng thích có điều kiện

Conditions of probation Các điều kiện quản chế

Conditions of release Điều kiện được phóng thích

Condition Điều kiện

Contingent condition: Điều kiện ngẫu sinh

Express condition: Điều kiện minh thị

Implied condition: Điều kiện mặc thị

Pre condition: Điều kiện tiên quyết

Condonation Sự dung thứ lỗi lầm (thí dụ: giữa hai người phối ngẫu nhất là khi có chuyện thông dâm xẩy ra) Sự toa rập bao che

Conduct Hành vi

Disorderly conduct Hành vi mất trật tự

Disruptive conduct Hành vi phá rối

Outrageous conduct Hành vi trắng trợn Hành vi xúc phạm tối đa Hành vi "mất dậy"

Confession Lời thú tội

Coerced confession Lời thú tội bị cưỡng ép

Implied confession

Lời thú tội mặc nhiên (Trường hợp nhận tội theo án lệ Alford)

Involuntary confession Lời thú tội miễn cưỡng

Surrepititiously recorded confession Lời thú tội được thâu băng một cách bí mật lén lút

Confidential Bảo mật, giữ kín, riêng tư

Confidential information Thông tín bảo mật

Confidential, relieable source Nguồn tin mật đáng tin cậy

Confinement Sự cầm tùSự giam cầm Sự quản thúc

Confiscate, to Tịch thu tài sản

Conflicting evidence Bằng chứng mâu thuẫn Bằng chứng không đồng nhất Chứng cớ không phù hợp

Conflicting presumption Sự suy đoán bất nhất

Conflict of interest Sự xung khắc nghề nghiệp Mâu thuẫn quyền lợi

Conflict resolution Kế hoạch giải quyết sự sung đột hay tranh chấp giữa đôi bên

Confrontation Sự đối chất Đối đầu Quyền được vặn hỏi nhân chứng chống lại mình

Confused Hoang mang Lầm lẫn

Confusion Sự hoang mang Sự hỗn loạn Sự lẫn lộn hay lầm lẫn

Conjecture Sự phỏng đoán, suy đoán từ bằng chứng vô căn cứ hay qua những trường hợp giả dụ (chỉ thị hội thẩm đoàn)

Conjugal life Đời sống vợ chồng

Conjugal rights Quyền quan hệ vợ chồng

Conjugal visit Sự thăm viếng vì quan hệ vợ chồng (trong tù)

Conjugal Quan hệ vợ chồng

Connive, to Dung túng Làm ngơ Thông đồng

Connivance Sự dung túng khuyến khích người khác phạm pháp Sự thông đồng

Conscience of guilt Ý thức tội lỗi bản thân

Consecutive interpreting Dịch đuổi (Một kỹ thuật thông dịch tại toà án)

Consecutive sentence Bản án nối tiếp Thụ án tiếp nối

Consensual Bằng lòng, hợp ý, ưng thuận

Implied consent Ưng thuận mặc nhiên

Consent search Đồng ý cho khám xét

Consent Chấp nhận, cho phép, đồng ý

Consensual crime Tội phạm không có nạn nhân (vì có sự ưng thuận)

Without consent Không có sự ưng thuận

Unanimous consent Đồng tâm nhất trí

Consequence (Chữ khác: Ramification) Hậu quả

Conservatee Người cần được sự giám hộ

Conservator (Chữ khác: Caretaker) Người lo việc giám hộ

Consistent statement Lời khai thuần nhất Lời khai trước sau như một

Consolidated case Hồ sơ vụ việc được nhập chung

Consolidated information Nhập chung hồ sơ vụ án

Consolidated trial Xử chung các phạm nhân cùng một tội phạm

Consortium Sự liên hiệp hay tổ hợp Tập đoàn Quyền lợi và nhiệm vụ trong quan hệ yêu thương giữa cha mẹ và con cái hoặc giữa vợ chồng

Conspiracy Tội đồng mưu Mưu đồ

Conspiracy to commit a crime Âm mưu trong việc phạm pháp

Conspire, to Âm mưu Chủ mưu

Conspirator Kẻ chủ mưu

Principal conspirator Kẻ chủ mưu

Co-conspirator *Kẻ đồng mưu trong vụ phạm pháp*

Constituent element Yếu tố cấu thành tội phạm

Constitutional law Luật hiến pháp

Constitutional rights Quyền hiến định

Constructive malice *(Chữ khác: Implied malice Malice in law Real malice)* Ác ý ngầm Sự độc ác do suy đoán

Constructive possession Chấp hữu qua quyền hạn nhưng không thực sự hay trực tiếp sở hữu

Construe,to Suy diễn

Consummate a crime, to Hành động trọn vẹn một tội phạm

Consummation of marriage Hành động hoàn tất sự quan hệ hôn nhân Đã qua đêm tân hôn

Consumer fraud Tội gian lận lừa bịp giới tiêu thụ

Consumer protection Luật bảo vệ giới tiêu thụ

Consuming alcohol in public Tội uống rượu nơi công cộng

Contact wound Vết thương do súng tự nhiên phát nổ (Vết thương khi súng nổ chạm vào người)

Contamination of evidence Làm ô nhiễm bằng chứng

Contempt of court Tội khinh mạn toà Tội khinh thị toà Tội nhục mạ thẩm phán Tội xúc phạm tới toà án Sự coi thường lệnh tòa

Civil contempt: Coi thường lệnh toà dân sự tố tụng (Thí dụ: không trả tiền cấp dưỡng)

Direct contempt: Coi thường lệnh toà ngay trước mặt thẩm phán

Indirect contempt: Coi thương bằng cách không thi hành lệnh toà

To hold someone in contempt: Kết tội khinh thường lệnh tòa

Criminal contempt: Coi thường lệnh tòa hình sự

Contend, to Đoan chắc Khẳng định Tranh cãi Tranh luận

Contest, to Đối tranh

Contested hearing Phiên tòa để bị cáo trưng bầy bằng chứng về một điểm pháp lý nào đó Phiên thụ lý kháng biện

Contingency fees Lệ phí dự phòng để trả tiền thù lao cho luật sư (nếu nguyên đơn thắng kiện) trong vụ dân sự tố tụng Thù lao có điều kiện

Contingent condition Điều kiện ngẫu sinh

Contigent upon Phòng khi bất trắc (Tuỳ theo điều kiện nào đó)

Continuance Đình lại Dời lại phiên tòa vào một ngày khác Sự hoãn lại

Contraband Đồ cấm Hàng lậu

Contract Hợp đồng Khế ước

Contract killing Giết mướn

Contrary to the law Trái luật Trái với luật pháp

Contributory negligence Sự sơ xuất góp phần (hai bên đều có lỗi)

Control, to Kiểm soát Không chế

    Dominion control Quyền sở hữu thực sự Thực sự trong phạm vi kiểm soát

    To keep someone under control: Không chế

Controlled substance Đồ quốc cấm (ma tuý) Các loại dược chất bị cấm đoán

Contumacious Bướng bỉnh Cứng đầu Ương ngạnh

Contumacy Không tuân hành giáo luật

Contusion Bị bầm tím

Convey false information Truyền đạt tin tức thất thiệt

Convict Kẻ có án tích

Convict of a crime, to Kết tội Kết án

Conviction Sự kết án Sự xác tín

Convoluted "Hoả mù" Gây ra phức tạp Không thẳng thắn

Cop out, to Rút lui Từ bỏ ý định

Copy Bản sao Sao lục

Copycat syndrome Hội chứng bắt chước cách phạm tội

Co-Respondent Đồng bị can (thiếu nhi phạm pháp)

Coroner *(Chữ khác: Medical examiner)* Y sĩ giảo nghiệm tử thi

Corporal punishment Nhục hình

Corporate entity Tư cách pháp nhân

Corporate fraud Tội gian lận trong công ty

Corporate law Luật về công ty

Corpus delicti Tang vật tội thể cấu thành tội phạm (thí dụ: xác chết của nạn nhân trong vụ án mạng)

Correction officer Cảnh sát trại cải huấn Lính cai tù

Correctional facility Trại cải huấn

    Prison Nhà tù lớn

    Jail Nhà tù county tạm giam chờ xét xử

    Lockup Nơi giam giữ tạm phạm nhân chờ ra toà

    Halfway house Trại giam ban đêm (Ban ngày phạm nhân được phép đi làm)

Correctional institution Cơ sở cải huấn

Corroborate, to Ăn khớp với lời khai Làm vững chắc hơn

Corroborative evidence Chứng minh được coi là ăn khớp với lời khai

Corroborating evidence Bằng chứng bổ túc Bằng chứng được kiểm nhận Chứng cứ bổ sung

Corrupt, to Làm đồi bại Hủ hóa Tham nhũng
Greedy and corrupt officials: Bọn tham quan ô lại

Corruption of a minor Tội phạm làm băng hoại tới trẻ em về mặt luân lý, đạo đức

Counsel *(Chữ khác: Counselor)* Luật sư
Advisory counsel or Standby counsel Luật sư cố vấn cho bị can tự biện hộ
Assigned counsel Court appointed attorney Luật sư được toà chỉ định cãi thí cho bị can
Opposing counsel Luật sư đại diện cho đối thủ *("Phe Bên Kia")*

Counsel of record *(Chữ khác: Attorney of record)* Luật sư biện hộ chính thức trên hồ sơ

Counsel table Bàn luật sư trong phiên xử

Counseling Tư vấn Hướng dẫn về tinh thần

Count Tội danh Khoản tội

Counterclaim Kiện lại Phản tố (dân sự tố tụng)

Counterfeiter Kẻ làm bạc giả

Counterfeit Giấy giả Bạc giả

Counterfeiting Tội làm giấy bạc giả

Counterpart Đối tác

Countersign, to Phó thự

County jail Nhà tù khu vực Nhà tù quận hạt

Court Toà "Quan toà" Thẩm phán

Court administrator Quản trị viên hành chánh tại toà án

Court-appointed attorney Luật sư được tòa chỉ định biện hộ cho bị can

Court of appeal Tòa phúc thẩm

Court award Tiền được hưởng do quyết định của toà

Court calendar Lịch toà

Court Clerk *(Chữ khác: Clerk of the court)* Giới chức lục sự Thư ký toà

Court Coordinator Phối trí viên toà án thiếu nhi

Court decision Phán quyết của tòa
District court Toà Quận Hạt Tòa Khu Vực

Court costs Án phí

Court house Tòa án

Court injunction Án lệnh đình chỉ việc thi hành

Court interpreter Thông dịch viên toà án Thông ngôn viên

Court martial Tòa án quân sự Vụ xử hình sự tại tòa án quân sự

Court of appeals Toà Phúc Thẩm Toà Kháng Án

Court order Án lệnh Lệnh toà

Court of first appearance Tòa Sơ Thẩm

Court officer (Chữ khác: Officer of the court) Viên chức toà án (Thí dụ: Thông dịch viên là viên chức tòa án)

Court proceedings Các thủ tục pháp lý tại tòa Phiên toà

Court referral Chuyển tới toà án để xét xử

Court reporter Đả tự viên tốc ký tại toà

Court settlement Sự thuận giải tại toà

Courtesan (Chữ khác: a loose woman) Gái điếm hạng sang Người đàn bà lăng loàn

Courtroom Phòng xử

Courts Các loại toà án

  City court Tòa án thành phố Toà án tỉnh

  Circuit court Tòa lưu động vùng

  Court of Appeals Toà Phúc Thẩm

Dependency court Toà xét định việc giám hộ thiếu nhi

District court Toà Địa Hạt Toà khu vực Tòa Quận Hạt Tòa tiểu hình quận

Family law court Toà án gia đình (xét xử về li dị, quyền giám hộ con cái, tiền cấp dưỡng, vấn đề quan hệ trong gia đình)

Juvenile court Tòa án thiếu nhi

Municipal court Tòa thị xã

Night court Tòa án đêm

Superior court Tòa Thượng Thẩm

Traffic court Tòa xử vi cảnh (luật lưu thông)

Courts of limited jurisdiction Gồm các toà tiểu hình quận và toà thị xã

Cover-up Vụ bao che

Coverture Quyền của người phụ nữ có chồng Qui chế người phụ nữ lập gia đình (Luật gia đình)

Covert act Hoạt động bí mật Hoạt động ngầm của cảnh sát

Coyote Kẻ buôn lậu di dân bất hợp pháp vào Mỹ

Crack baby Trẻ sơ sinh của cha mẹ nghiện bạch phiến

Crackdown Sự trừng trị thẳng tay các tội phạm

Crack house Nơi dân nghiện hay lui tới để hút sách hoặc mua bán ma tuý

Credibility Sự khả tín Tính cách khả tín Có thể tin được

Credible evidence Bằng chứng khả tín

Credible witness Nhân chứng khả tín

Credit card crime Tội phạm về xử dụng thẻ tín dụng của người khác

Credit for the time served Giảm bớt thời gian đã thụ án Tính cả thời gian đã năm tù Tương đương với thời gian đã nằm tù Trừ đi thời gian đã nằm tù

Crime Tội phạm hình sự

Capital crime Tội Tử Hình

Commercial crime Tội phạm về thương mại

Common law crime Tội phạm về thông luật

Computer crime Tội phạm về máy vi tính

Corporate crime Tội phạm trong công ty

Credit card crime Tội phạm về Thẻ Tín Dụng

Hate crime Tội phạm vì kỳ thị

Occupational crime Tội phạm về nghề nghiệp

với mục đích trục lợi

Statutory crime Tội phạm qui chế Tội phạm theo luật định

Street crime Tội phạm trên hè phố

Vice crime Tội phạm về luân lý, loại "tứ đổ tường"

Violent crime Tội phạm về bạo động, bạo lực

White collar crime Tội phạm "cổ trắng" Tội phạm trong giới thương mại (Thí dụ: Gian lận, tham nhũng, thụt két vv...)

Crime against humanity Tội phạm chống lại nhân loại (tàn sát tập thể)

Crime against person Tội xâm phạm tới người khác

Crime against property Tội phạm về tài sản

Crime against the environment Tội phạm làm ô nhiễm môi sinh

Crime deterrent Có tính cách ngăn ngừa tội ác

Crime of passion (Chữ khác: Heat of passion) Tội phạm trong lúc không kiềm chế được cảm xúc mạnh (thí dụ: giết người trong cơn thịnh nộ, cơn nóng giận)

Crime prevention Phòng ngừa tội ác

Crime scene Phạm trường
Crime Stoppers Chương trình
  bài trừ tội ác
Crime wave Làn sóng tội ác
  Tội ác hoành hành
Criminal Phạm nhân
  Habitual criminal
  Career criminal
  Habitual offender
  Phạm nhân chuyên
  nghiệp
  Repeat offender Phạm
  nhân có nhiều tiền án
  Hardcore criminal
  Phạm nhân bất trị Phạm
  nhân cứng đầu
Criminal act Hành động cấu
  thành tội phạm
Criminal behavior Hành vi cấu
  thành tội phạm
Criminal capacity Có năng lực
  phạm pháp Khả năng hành
  động theo tội phạm
Criminal code Bộ luật hình sự
Criminal contempt Tội coi
  thường lệnh toà
Criminal conviction Sự kết án
  hình sự
  Prior conviction Có tiền án
  Có án tích
Criminal court Tòa hình
Criminal defense Bào chữa tội
  phạm
Criminal desertion Phạm tội
  trốn tránh trách nhiệm
Criminal facilitation *(Chữ*
  khác: Rendering of

criminal assistance) Tạo sự
  dễ dàng, thuận lợi cho việc
  phạm pháp Tiếp tay trong
  việc phạm pháp
Criminal forfeiture Tịch thu
  tài sản của bị can vì xử dụng
  vào việc phạm pháp
Criminal homicide Vụ án
  mạng
Criminal impersonation Tội
  mạo danh
Criminal incapacity Không có
  năng lực phạm pháp
Criminal infringement Tội lấn
  chiếm tác quyền Tội làm giả
  mạo nhãn hiệu thương mại
Criminal insanity Không có
  năng lực tinh thần trong lúc
  phạm pháp
Criminal intelligence Sự điều
  tra thu thập tin tức hình sự
Criminal intent Có ý định
  phạm pháp
Criminal justice Tư pháp hình
  sự
Criminal law Luật hình sự
Criminal lawyer Luật sư về
  hình sự
Criminal liability Trách nhiệm
  hình sự
Criminal misconduct Hành vi
  bất xứng (sai trái) về hình
  sự
Criminal mistreatment Tội
  ngược đãi
Criminal negligence Sự cẩu
  thả theo cấp độ hình sự

Criminal nonsupport Tội không trả tiền cấp dưỡng theo lệnh toà

Criminal possession Oa trữ bất hợp pháp

Criminal proceedings Tiến trình tố tụng hình sự

Criminal profiteering Tội đầu cơ trục lợi

Criminal propensity Hướng chiều về phạm pháp

Criminal record Hồ sơ hình sự Hồ sơ tội phạm Lý lịch hình sự

Criminal remedy Phương tiện bảo vệ qua luật hình sự

Criminal sanction Sự chế tài về hình sự ngoài án tù *(Thí dụ: tiền bồi thường phải trả cho nạn nhân)*

Criminal simulation Tội đánh lừa người khác bằng việc đội lốt, mạo danh hoặc dựng chuyện

Criminal solicitation Tội gạ gẫm mồi chài kẻ khác phạm pháp (thí dụ: gạ gẫm bán xì ke)

Criminal trespass Tội xâm nhập gia cư hay cơ sở bất hợp pháp

Criminalist Chuyên gia (phân tích gia cảnh sát) về hình tội và phạm trường

Criminologist Chuyên gia về khoa hình tội học

Cringe, to Co rúm lại vì sợ

Criteria Tiêu chuẩn phải theo

Critical need Nhu cầu bức thiết

CRIPS Băng đảng du đãng CRIPS

Cross examination Hỏi cung chéo Thẩm vấn đối (phối) kiểm Thẩm vấn đối tịch vs *Direct examination Trực vấn*

Cross question Câu hỏi kiểm vấn

Cruel Ác nghiệt

Cruel and abusive treatment Đối xử cách ác nghhiệt và thái quá

Cruel and inhumane treatment Đối xử một cách tàn nhẫn và bất nhân

Cruel and unusual punishment Hình phạt dã man và quá đáng

Cruelty to animals Tội đối xử dã man và tàn bạo đối với gia súc

Culpable *(Chữ khác: Guilty)* Có tội Đáng tội Tội lỗi

Culpability *(Chữ khác: Guilt)* Sự có tội

Culprit Can phạm Thủ phạm

Cultural defense Sự bào chữa nêu lý do văn hoá

Cumulative punishment Hình phạt tổng gộp Hình phạt tích luỹ

Curfew "Giờ giới nghiêm" Giờ bắt buộc phải có mặt ở nhà (thiếu nhi phạm pháp)

Curfew law violation Tội vi phạm luật giới nghiêm

Custodial interference Tội gây trở ngại trong việc giám hộ con cái

Custodial interrogation Cảnh sát thẩm vấn can phạm trong tù

Custodial parent Cha hoặc mẹ được quyền nuôi giữ con

Custodian Người được quyền giám hộ con cái (nuôi con)

Custodian of records Người quản thủ hồ sơ

Custody 1. Được phép giữ con Quyền giám thủ Quyền giám hộ (luật gia đình) 2. Sự giam giữ
Protective custody Giam giữ để bảo vệ nhân chứng

Custody list *(Chữ khác transportation list)* Danh sách tù nhân

Custody mediation Thủ tục trọng tài (hoà giải) trong việc nuôi giữ con

Cybercrime Computer crime Tội xử dụng máy vi tính để gian lận, phá hoại, vv

Cyberstalking Tội rình rập qua email/internet

Cyberterrorist Tên đặc công dùng máy vi tính để khủng bố, phá hoại

Cybertheft Tội ăn cắp trên máy vi tính

Cyberlibel Làm hại thanh danh người khác qua internet

Cybersmear Dùng internet để bôi nhọ thanh danh người khác

D d

Damage Bồi khoản Sự thiệt hại
*Property damages Sự thiệt
hại về tài sản*
Damages Tiền bồi thường cho
nạn nhân (dân sự tố tụng)
Danger Mối nguy Sự nguy
hiểm
*Clear and present
danger Mối nguy hiểm
rõ ràng và trực tiếp
Imminent danger Nguy
cơ nhãn tiền
Public danger Nguy
hiểm cho quần chúng*
Dangerous weapons Vũ khí
nguy hiểm
DARE Drug **A**buse **R**esistance
Education Chương Trình
Bài Trừ Ma Túy tại Học
Đường
Date rape *(Chữ khác:
Acquaintance rape)* Tội
hiếp dâm người hẹn Tội
hiếp dâm người quen
Day in court Ngày hầu toà
Ngày ra toà
Deadbeat parent Người cha
(hay mẹ) không trả tiền cấp

dưỡng hoặc thiếu nợ tiền
cấp dưỡng cho con
Deadline Đáo hạn
Deadlocked jury Hội thẩm bị
bế tắc (không đạt được phán
quyết)
Deadly force Sức mạnh chết
người Vũ lực có tính cách
chết người
Deadly weapon *(Chữ khác:
Lethal weapon)* Vũ khí có
thể gây chết người
Death penalty Án tử hình
Death row Khu biệt giam tử
tội
Death sentence Án tử hình
Death threat Đe dọa giết
người
Death warrant Lệnh hành
quyết Lệnh xử tử
Deceased Đã chết Đã qua đời
Decedent Người mới chết (nạn
nhân của vụ án mạng)
Deceit Sự lừa dối Tội khai gian
với mục đích lừa đảo
Deceive, to Dối trá Lừa lọc
Deception Kế nghi binh Mánh
khoé Mưu mẹo
Decision Phán quyết của tòa

Declaration Lời khai
  Self serving declaration:
  Lời khai hay lời tuyên bố có
  tính cách tự tôn
Decline, to Bác bỏ Khước từ
Decline hearing Phiên toà xét
  định việc thuyên chuyển
  thiếu nhi phạm pháp lên toà
  người lớn để xét xử
Decomposition Sự mục rữa
  (xác chết)
Decoy Cò mồi (thí dụ: nữ cảnh
  sát giả làm gái điểm)
Decree Án lệnh Sắc lệnh
Deductible Khoản khấu trừ
Deed Chứng thư
Deed of trust Chứng thư uỷ
  thác
Deface, to Bôi bẩn Làm biến
  dạng Phá hoại
De facto marriage Hôn nhân
  trên thực tế
Defalcation Tội biển thủ Tội
  tham ô Tội thụt két
Defamation Sự bôi nhọ, phỉ
  báng Sự làm hại thanh danh
  người khác
  to libel: *phỉ báng trên*
  sách báo
  to slander: *phỉ báng ai*
  bằng lời nói
Defamed Bị bôi nhọ Bị mất
  thanh danh Bị phỉ báng
Default Không chấp hành lệnh
  tòa đúng thời hạn Không ra
  hầu tòa Sự khiếm diện Sự
  khuyết tịch Thiếu nợ

Default judgment Án khuyết
  tịch Phán quyết trong phiên
  xử khiếm diện
Defect *(Chữ khác:*
  Shortcoming) Khuyết điểm
Defend, to Bào chữa Bênh vực
  cho bị can Biện hộ
Defendant *(Chữ khác: The*
  accused) Bị can Bị cáo Bị
  đơn Can phạm
Defendant's exhibit Trưng liệu
  Vật chứng của bên bị can
  trưng bày trước toà
Defendant score Điểm phạm
  pháp theo hồ sơ lý lịch pháp
  lý của bị can
Defense Lời bào chữa Kế
  hoạch bào chữa
  Bên bị can (gồm bị can, luật
  sư, phụ tá, điều tra viên)
Defense attorney Luật sư bên
  bị cáo Luật sư biện hộ
Defense of condonation
  (Chữ khác: A conditional
  pardon) Lời bào chữa về
  việc tội ngoại tình đã được
  người phối ngẫu tha thứ
  (không được nêu lý do ngoại
  tình trong đơn xin li dị)
Defense of laches Một lời bào
  chữa nêu lý do vụ kiện cáo
  trở thành vô hiệu (vì đã để
  quá thời hạn)
Defense of property Bảo vệ tài
  sản

Defensive Phản ứng có tính cách chống đỡ vì sợ bị chỉ trích

Defer, to Để tuỳ tòa quyết định

Deferred disposition Bãi án có điều kiện (toà án thiếu nhi)

Deferred judgment Bãi án có điều kiện

Deferred prosecution Sự miễn tố có điều kiện

Deferred sentence Án tha phạt với điều kiện

Deficiency Sự thiếu hụt Sự thiếu sót

Deficit Thặng chi Thiếu hụt

Defraud, to Lường gạt

Defrauding public utility Tội lường gạt các sở điện, nước, khí đốt

Defunct marriage Cuộc hôn nhân không còn tồn tại nữa

Defy, to Chống cự Không tuân theo

Degeneracy Sự suy đồi Sự thoái hóa

Degradation Sự làm mất phẩm giá

Deliberate, to (Bồi thẩm) nghị án

Deliberate Có dụng ý Cố tình Có tính toán

Deliberation Thủ tục nghị án của hội thẩm đoàn

Delinquency Sự phạm pháp Sự quá hạn trả nợ
Juvenile delinquency Thiếu nhi phạm pháp

Delivery of controlled substance Tội buôn bán đồ quốc cấm (ma tuý)

Delusion Ảo tưởng

Demand Nhu cầu Yêu sách
In demand: "Có giá" Được nhiều người cần tới Được nhiều người yêu cầu
On demand; Đáp ứng lời yêu cầu bất cứ lúc nào

Demeanor Thái độ

Demeanor and manner Thái độ và phong cách Thái độ và cách xử sự (của nhân chứng)

Demented Điên Không lành mạnh Liệt trí Suy yếu về trí nhớ

Dementia Sự liệt trí Sự mất trí

Demonstrative evidence Bằng chứng diễn đạt

Demoralized Bị giao động về tinh thần

Demur, to Kháng biện

Demurable Có thể kháng biện được

Demurrer Bất khả thụ lý Kiến nghị xin bãi án vì thiếu bằng chứng trong đơn thưa kiện

Denial Sự từ chối Khước từ Phủ nhận Bác bỏ

Denounce, to Tố giác

Deny, to Bác bỏ Cải chính Chối cãi Phủ nhận

Door fee Tiền lệ phí vào cửa
Tiền ăn chia giữa chủ nhà
chứa với gái bán dâm

Department of Justice Bộ Tư
Pháp

Department of Corrections
Nha Cải Huấn

Departure Cách tính điểm án
phạt ngoài khuôn khổ ấn
định

    Downward departure
Hạ điểm án phạt

    Upward departure *Tăng
điểm án phạt*

Dependent Thiếu nhi bị cha
mẹ bỏ rơi hoặc sao lãng cần
được sự giám hộ theo lệnh
toà

Dependency court Tòa giám
hộ thiếu nhi Tòa án xét định
về quyền giám hộ

Deposition Buổi cung khai hữu
thệ Buổi truy vấn hữu thệ

Deponent Nhân chứng cung
cấp lời khai hữu thệ

Deportation order Lệnh trục
xuất

Deposit Tồn khoản Tiền ký thác

Depraved mind Đầu óc bị hủ
hoá Suy đồi

Depravity Sự suy đồi trụy lạc

Depreciate, to *(Chữ khác:
Write off, to)* Chiết cựu
Giảm giá trị

Depressed Chán nản

Deprive, to Bác đoạt Tước đoạt

Deprivation of custody Tòa
tước quyền giám hộ hoặc
nuôi con

Deputy District Attorney DDA
Phó biện lý

**Deputy prosecuting attorney
DPA** Phó biện lý

Deputy sheriff *(Chữ khác:
Under sheriff)* Cảnh sát
quận hạt

Dereliction of duty Sự sao
lãng nhiệm vụ

Derogation Sự lăng mạ Sự xúc
phạm

Derogatory remarks Lời nói
lăng mạ, xúc phạm

Descendant Con cháu Hậu duệ

Desecration Tội phá hoại xúc
phạm nơi thờ phượng

Desertion Tội đảo ngũ

    ***Criminal desertion
Abandonment*** *Phạm tội
trốn tránh trách nhiệm lo
cho người phối ngẫu đang
bị hoạn nạn hoặc đau ốm
(một lý do có thể nêu ra
trong vụ ly dị)*

Desist, to Chấm dứt Kiêng cữ
Thôi không làm điều gì nữa

Desist from a crime Chấm dứt
hành vi phạm pháp

Despicable Bỉ ổi

Detain, to Cầm cố Cầm tù Lưu
giữ nghi can để điều tra

Detainment Sự cầm cố Sự
giam giữ

Detainee Người bị giam giữ

Detainer Sự gia hạn giam giữ
  INS detainer Lệnh gia hạn
  giam giữ của Sở Di Trú
Detection Sự phát hiện
Detective Cảnh sát điều tra
  "Thám tử"
Detention Tình trạng bị giam
  giữ
Detention center Trại giam
  (Liên Bang)
Detention hearing Phiên tòa
  xét định tạm giam hay tại
  ngoại để chờ xét xử
Determinate sentence *(Chữ
  khác:*
  Definite sentence
  Fixed sentence
  Straight sentence) Bản án
  chung thẩm (với hạn tù nhất
  định)
Deteriorate, to *(Chữ khác:*
  Decline, to) Suy đồi
Determination of priors Xác
  định tiền án
Determinate sentence Bản án
  nhất định
Determined *(Chữ khác:*
  Resolved Resolute) Quyết
  tâm
Deterrent Biện pháp răn đe,
  ngăn ngừa
  *Crime deterrent Biện pháp
  ngăn ngừa tội ác*
Deterrent punishment Hình
  phạt có tính cách làm gương
  hay răn đe

Detoxification *(Chữ khác:*
  Detox) Sự giải độc
Detoxification center Trung
  tâm cai nghiện ngắn hạn
Detriment to *(Chữ khác:*
  Damage to Prejudice to)
  Gây phương hại cho
Detrimental Có hại
Devastating Tàn khốc
Development Diễn biến
Developmental disability Sự
  chậm phát triển
Deviant behavior Hành vi lệch
  lạc
Diagnostic commitment Lệnh
  giám định năng lực pháp lý
  của bị can
Die-hard Bất trị Cố chấp Trung
  kiên
Dignity and reputation Phẩm
  giá và thanh danh
Dilemma Tình trạng nan giải
  Sự tiến thoái lưỡng nan
Diligent Cần mẫn, chu đáo và
  nghiêm chỉnh trong nỗ lực
  làm việc hay công tác
Diminished capacity *(Chữ
  khác: Diminished
  responsibility)* Năng lực
  bị suy yếu trong lúc phạm
  pháp vì chấn thương, say
  sưa hay bệnh tật (trường
  hợp kẻ phạm pháp là người
  chậm trí hay điên khùng)
Direct attack Phản đối phán
  quyết bằng kiến nghị xin xét
  xử lại

Direct contempt Coi thường lệnh toà trước mặt thẩm phán

Direct evidence Bằng chứng trực tiếp

Direct examination Trực vấn

Direct question Câu hỏi trực vấn

Directed verdict *(Chữ khác: Instructed verdict)* Phán quyết (của Thẩm phán bãi bỏ vụ hình sự vì Công tố không đưa ra đủ bằng chứng để kết tội) được chỉ đạo bởi Thẩm phán Phán quyết của Thẩm phán trên bình quyết của hội thẩm đoàn

Dirty urine Nước tiểu có vẫn chất xì ke ma túy

Disarming officer Tội tước đoạt súng của nhân viên công lực

Disaster Tai họa

Disbarment Sự truất quyền hành nghề luật sư

Discharge Miễn tố tạm thời Sự giải miễn về hình luật

Discharging firearms Tội bất cẩn gây nổ súng

Disciplinary action *(Chữ khác: Discipline measure)* Biện pháp kỷ luật

Disclaim, to Không nhận tặng dữ ghi trong chúc thư

Disclaimer Lời tuyên bố không nhìn nhận trách nhiệm

Discrimination against someone on the basis of gender Kỳ thị giới tính

Disclosure statement Lời ưng thuận cho phép tiết lộ hồ sơ cá nhân

Discovery Chứng liệu do luật sư biện lý trao cho bên bị can Thủ tục khám phá bằng chứng

Thủ tục trao đổi tài liệu (giai đoạn tiên xử)

Discreet *(Chữ khác: Tacful)* Khôn khéo Thận trọng

Discretion Quyền chuyên quyết Sự thận trọng Sự tuỳ nghi Tuỳ quyền

> *Judicial discretion*
> *Legal discretion* *Tuỳ nghi vào sự suy xét, quyết định của thẩm phán*
> *Prosecutorial discretion* *Tuỳ nghi vào sự suy xét, quyết định của công tố viên (biện lý)*

Discretionary commitment Lệnh giam tuỳ sự quyền của thẩm phán

Discretionary exclusion Tang vật có thể bị bác bỏ tuỳ quyền quyết định của thẩm phán

Discrimination Tội kỳ thị. *Age, gender, racial, reverse, sex discrimination, etc.* *Kỳ thị tuổi tác, giới tính,* *chủng tộc, phái tính, v.v...*

Disfigured Bị biến dạng thân thể (vì bị hành hung gây thương tật)

Disfranchise, to *(Chữ khác: Deprive, to)* Tước đoạt

Dismissal Sự bãi án Sự miễn tố Sự bãi bỏ vụ xử

Dismissal with prejudice Miễn tố vĩnh viễn

Dismissal without prejudice Miễn tố với quyền đưa ra xử lại Miễn tố có thể bị thâu hồi và tái lập hồ sơ truy tố

Disorderly behavior Hành vi gây rối

Disorderly conduct Hành vi gây rối

Disparagement Sự làm giảm uy tín người khác

Dispense with Miễn trừ

Disposable income Lợi tức khả dụng (sau khi trừ thuế hoặc khấu trừ)

Disposition Chung quyết Sự giải quyết vụ án Buổi tuyên án (tại Tòa Án Thiếu Nhi)

Disposition hearing Phiên toà xét định bản án thích hợp cho thiếu nhi phạm pháp

Disputable presumption Sự suy đoán có thể tranh cãi (vì không đồng nhất)

Disqualification decision Quyết định không thụ lý vụ án (vì xung khắc nghề nghiệp)

Disqualified Truất quyền được hưởng tiền phúc lợi

Disruptive behavior Hành vi gây rối tại toà

Disruptive conduct Hành động phá rối

Dissent, to Bất đồng ý

Dissenting opinion Bất đồng quan điểm với ý kiến đa số (ý kiến của các thẩm phán Tòa Phúc Thẩm)

Dissident Người bày tỏ bất đồng quan điểm

Dissolution of marriage Sự giải thể hôn nhân (vụ ly dị không qui lỗi) Sự giải tiêu

Distinguishing marks Các dấu vết (Vết bớt bẩm sinh Vết thẹo) để nhận diện

Distort, to Xuyên tạc

Distressed property Tài sản bị tịch biên

District attorney "DA" Biện lý Chưởng lý Công tố viên "Quan Tố Án"

District court Toà Tiểu Hình Quận hạt Toà khu vực

District court magistrate Dự thẩm Phó thẩm Phụ thẩm

Disturbance *(Chữ khác: Civil commotion Unrest)* Biến động Gây rối loạn

Disturbing the peace Phá rối trị an Tội gây huyên náo

Diversion Sự hoán cải hình phạt Sự miễn tố có điều kiện

Diversion program Chương trình hoán cải hình phạt (Toà án thiếu nhi)

Divorce decree Án ly dị Phán quyết về ly di

Divorce Ly dị

> *Contested divorce Ly dị đối tranh các vấn đề như quyền nuôi giữ con, phân chia tài sản nợ nần*
>
> *Ex-parte divorce Ly dị đơn phương*
>
> *Uncontested divorce Ly dị không đối tranh (ly di tương thuận)*

DNA (Deoxyribonucleic acid) Identification Việc xác định nhiễm sắc thể DNA (trong máu, tế bào hay lông, tóc)

DNA fingerprinting *(Chữ khác: DNA profiling Genetic fingerprinting)* Thiết lập lý lịch hay hồ sơ đặc loại

DNA Testing Thử nghiệm để nhận diện nghi can, hoặc cho vào hồ sơ của bị cáo

Docket Sổ "đăng đường" Sổ ghi hồ sơ vụ án

> *On the dockets Có ghi trong sổ nhật ký của toà*

Docket number Số hồ sơ vụ án

Doctrine Chủ nghĩa Học thuyết Nguyên lý

> *Stare Decisis Doctrine Học thuyết về tiền lệ tư pháp*

Document Văn kiện

Documentary evidence Thư chứng

Domain Lãnh vực

> *Public domain: Lãnh vực chung Vì công ích*

Domestic dispute Tội cãi vã trong gia đình

Domestic disturbance *(Chữ khác: Family disturbance)* Sự tranh cãi, bất ổn trong gia đình

Domestic partner support Cấp dưỡng cho người chung sống đồng giới tính

Domestic partnership Sự chung sống không hôn thú (giữa hai người khác giới tính hoặc đồng giới tính)

Domestic violence *(Chữ khác: Family violence)* Sự bạo hành trong gia đình

Domestic violence shelter Nơi tạm trú an toàn cho người bị bạo hành

Domicile Nơi cư trú Trú quán

> *Native domicile Quê quán*
>
> *Natural domicile*
>
> *Original domicile Nguyên quán*

Dominion Trong phạm vi sở hữu Trong phạm vi kiểm soát

Dossier Hồ sơ vụ án

Double jeopardy Cấm truy tố hai lần cho cùng một tội

phạm

Double dealing Đi nước đôi

Double dipping Hưởng lợi cả đôi đàng

Doubt Sự nghi ngờ

Beyond a reasonable doubt *Ngoài nghi vấn hợp lý*

Reasonable doubt *Sự nghi vấn hợp lý*

The benefit of the doubt *Vì còn nghi ngờ nên không thể buộc tội được*

Dower Phần di sản dành cho goá phụ hay người goá vợ

Downward departure Hạ điểm án phạt

Dragnet Màn lưới truy lùng kẻ phạm pháp

Drastic Quyết liệt

Drastic measure Biện pháp quyết liệt

Drinking in public conveyance Tội uống rượu trên phương tiện chuyển chở công cộng

Driving while black Tâm trạng của người Mỹ da mầu lái xe bị cảnh sát làm khó dễ

Drug abuse Dùng thuốc bừa bãi Hút sách Nghiện ngập

Drug Court Chương trình toà án đặc biệt giúp hướng dẫn cai nghiện cho kẻ phạm pháp (nếu hội đủ điều kiện – thay vì nằm tù)

Drug dealer *(Chữ khác: Drug pusher)* Kẻ buôn bán ma túy

Drug offender Kẻ phạm pháp

về xử dụng ma túy

Drug rehab center Trung tâm phục hồi cai nghiện

Drug trafficking Buôn lậu ma tuý

Drug treatment Cai thuốc Điều trị cai nghiện

Drunk driving Tội lái xe khi say rượu

Duck, to Cúi xụp xuống để tránh đạn, tránh đòn, hoặc tránh khỏi bị phát giác

Due date *(Chữ khác: Maturity)* Đáo hạn Tới kỳ hạn

Due process of law Thủ tục luật định phải theo

Dumping Tội đổ rác bất hợp pháp

Duplicity *(Chữ khác: Double dealing Play fast and loose with both sides)* Trò hai mặt Trò hai mang

Durable power of attorney Giấy uỷ quyền phòng khi bị khuyết tật hay bất lực

Duress defense Bào chữa nêu lý do bị trấn áp

Duress Tình trạng bị trấn áp, doạ nạt

Under duress: Bị trấn áp

Duress alarm device Máy báo động ngầm tới cảnh sát khi bị cướp bóc

Duty of judge Nhiệm vụ của thẩm phán

Duty of jury Nhiệm vụ của hội thẩm đoàn

E e

Early release Được phóng
thích trước khi hạn tù chấm
dứt

Earnings assignment Dành
một phần tiền lương để trả
tiền cấp dưỡng

Eavesdropping *(Chữ khác:*
Wiretapping) Kiểm thính
Nghe lén

Echo, to *(Chữ khác: Chime in,*
to) Phụ hoạ

Economic hardships Gặp
những khó khăn trong việc
mưu sinh

Effect Tác dụng Hiệu lực pháp lý
Come into effect, to Bắt
đầu có hiệu lực
Take effect, to Có hiệu
lực kể từ

Effect an agreement, to *(Chữ*
khác to effect a deal) Ký
kết một hợp đồng

Effect an escape, to *(Chữ*
khác: To flee To take to
flight) Tẩu thoát

Effective assistance of counsel
Được sự bào chữa, giúp đỡ
tận tình của luật sư

Effractor Kẻ trộm bẻ khoá vô
nhà

Egregious Rất tồi tệ Quá xấu

Elder abuse Tội hành hạ,
ngược đãi người già

Eleaser motion Kiến nghị đòi
biện lý phải cho biết tung
tích người chỉ điểm

Electric chair Ghế điện

Electrocution Bị xử tử bằng
ghế điện

Electronic home detention
"EHD" Lệnh quản chế tại
gia bằng còng điện tử Lệnh
quản thúc tại tư gia bằng
còng chân điện tử

Electronic home monitoring
Hình thức kiểm soát và quản
chế phạm nhân tại nhà bằng
còng điện tử

Electronic monitor Máy theo
dõi bằng điện tử

Electronic surveillance *(Chữ*
khác: Wiretap)
Kiểm thính Nghe lén

Elements of crime *(Chữ khác:*
Elements of an offense)
Các yếu tố cấu thành tội
phạm

Eluding the police Tội trốn
tránh cảnh sát

Emancipation Sự thoát quyền
kiểm soát

Emancipated minor Thiếu
niên được thoát quyền kiểm
soát của cha mẹ qua lệnh toà
Thiếu niên có thể tự lo cho
bản thân Thiếu niên tự nuôi
thân

Embezzlement Tội biển thủ
tiền bạc Tội "thụt két"

Embracer Người hối lộ bồi
thẩm

Embracery *(Chữ khác: Jury
tampering)* Tội hối lộ hay
áp lực bồi thẩm

Emergency search Khám xét
trong trường hợp khẩn cấp

Eminent domain Quyền của
chính phủ truất quyền sở
hữu của tư nhân Quyền của
chính phủ trưng dụng tài sản
tư để xây dựng dự án công
ích

Emotional distress Sự thống
khổ về tinh thần

Employee theft Tội ăn cắp bởi
nhân viên

Empty chair defense Kế hoạch
bào chữa bằng cách đổ hết
tội cho một bị can khác đã
nhận tội (vụ xét xử có nhiều
bị can cùng chung tội phạm)

Enact, to Biểu quyết một đạo
luật Ra sắc lệnh

En banc *(Chữ khác: On the
bench)* Sự tham dự của toàn
thể thẩm phán

Encroach, to Xâm lấn

Endorse, to Tán thành Đồng ý
Ký vào tài liệu Ký vào mặt
sau chi phiếu

Enforceable judgment Án văn
chấp hành

Enforcement Chấp hành Thi
hành luật Thừa hành
*Law enforcement officer:
Nhân viên công lực*

Engaging in terrorist activities
Tội tham gia vào các hành
động khủng bố

Enhancement Sự gia tăng án
phạt Yếu tố gia tăng hình
phạt
*Weapon enhancement Gia
tăng án phạt vì có xử dụng
vũ khí khi phạm tội*

Enjoin, to Tòa ra lệnh cấm chỉ
không được thực hiện việc
gì.

Enter a guilty plea, to Cung
khai nhận tội

Enter an order, to Ra lệnh

Entertain a motion, to Xem
xét, cứu xét một kiến nghị

Entering Xâm nhập

Entice, to Quyến rũ, dụ dỗ
người khác phạm tội

Enticement of a child Tội dụ
dỗ trẻ em vào chỗ vắng để
hiếp dâm, sờ mó

Entrapment Sự gài bẫy Sự giăng bẫy Sự khuyến dụ phạm pháp

Entry, unlawful Sự xâm nhập bất hợp pháp

Environmental crime (*Chữ khác: Crime against the environment*) Tội phạm làm ô nhiễm môi sinh

Equal access rule Qui luật về cư ngụ hoặc quyền được xử dụng đồng đều

Equal protection Quyền được bảo vệ và đối xử đồng đều trước pháp luật

Equitable Công bằng sòng phẳng

Equitable distribution Sự phân chia tài sản công bằng và sòng phẳng (luật li dị)

Equitable principles of laches (*Chữ khác: Statute of limitation*) Nguyên tắc về thời hạn

Equity Lẽ công bằng

Errors and omissions Sự lầm lẫn và sai sót

Error in judgment Sai lầm trong phán quyết

Error of fact Sai lầm về sự kiện

Error of law Sai lầm về luật pháp

Judicial error Sai lầm trong việc xét xử

Prejudicial error Sai lầm vì định kiến của

thẩm phán trong khi xét xử

Escape, to Vượt ngục Đào tẩu Trốn thoát

Forcible escape Vượt ngục bằng bạo lực

Negligent escape Vượt ngục do sự chểnh mảng của lính gác tù

Escape warrant Lệnh truy nã kẻ đào tẩu hay kẻ vượt ngục

Escapee Kẻ trốn tù Kẻ "vượt ngục"

Espionage Tội gián điệp

Industrial espionag Tội gián điệp kỹ nghệ (Ăn cắp bí quyết thương mại)

Estrangement Sự sống xa cách giữa vợ chồng

Estranged husband Người chồng bỏ nhà ra đi

Estranged wife Người vợ bỏ nhà ra đi

Et al (*Xem chữ Latinh*) Và những kẻ khác

Et ux (*Xem chữ Latinh*) Và người vợ

Euthanasia Sự trợ tử

Evading arrest Tội trốn tránh để khỏi bị bắt giữ

Evaluation Sự thẩm định Sự giám định

Evasive Có tính cách thoái thác

Evasion Sự thoái thác Sự tránh né

Eventuality *(Chữ khác:*
   Contingency) Trường hợp
   bất trắc
Every trick *(Chữ khác: every*
   art) Thiên phương bách kế
Eviction Thủ tục tống xuất hay
   trục xuất người thuê nhà
Evidence Bằng chứng Chứng
   cớ Chứng cứ Tang chứng
   Tang vật
   Admissible evidence
   Bằng chứng có thể chấp
   nhận
   Character evidence
   Bằng chứng về tư cách
   hay cá tính của bị can
   Circumstantial
   evidence Bằng chứng
   gián tiếp
   Clear and convincing
   evidence Bằng chứng rõ
   ràng và đáng tin cậy
   Conclusive evidence
   Bằng chứng quyết định
   Concocted evidence
   Bằng chứng bịa đặt
   Conflicting evidence
   Bằng chứng mâu thuẫn
   Bằng chứng không đồng
   nhất
   Corroborating evidence
   Bằng chứng được kiểm
   nhận
   Corroborative evidence
   Bằng chứng đã thu thập
   được

Credible evidence Bằng
chứng khả tín Bằng
chứng đáng tin cậy
Demonstrative evidence
Bằng chứng diễn đạt
Direct evidence Bằng
chứng trực tiếp
Documentary evidence
Thư chứng
Evidentiary hearing
Phiên tòa nghe trình bày
về bằng chứng Phiên toà
xét định về bằng chứng
Exclusionary rule Qui
tắc về loại trừ bằng
chứng (vì thu thập bất
hợp pháp)
Exculpatory evidence
Bằng chứng gỡ tội Bằng
chứng bị can không
phạm pháp
Expert evidence Bằng
chứng qua ý kiến của
chuyên gia
External evidence Bằng
chứng ngoại lai
Extrajudicial evidence
Bằng chứng ngoài phiên
toà
Extrinsic evidence Bằng
chứng không hợp pháp
Fabricated evidence
Bằng chứng ngụy tạo
False evidence Ngụy
chứng
Forensic evidence Bằng
chứng giảo nghiệm

Impeachment evidence
Bằng chứng nhằm đánh
bại sự trung thực của
nhân chứng
Incriminating evidence
Bằng chứng buộc tội
Inculpatory evidence
Bằng chứng bị can có
phạm tội
Internal evidence Bằng
chứng nội tại
Material evidence Bằng
chứng quan trọng
Oral evidence Bằng
chứng qua lời khai Khẩu
chứng
*Physical evidence(Real
evidence)* Bằng chứng
vật thể
Presumptive evidence
Bằng chứng suy đoán
Prima facie evidence
Bằng chứng hiển nhiên
Bằng chứng giải đoán
Khởi chứng
Probative evidence
Bằng chứng có giá trị
tranh cãi (minh chứng)
Rebuttal evidence Bằng
chứng dùng để phản bác
Relevant evidence Bằng
chứng có liên hệ tới vụ
án
Striking evidence Bằng
chứng hùng hồn
Substantial evidence
Bằng chứng đáng kể

Substantive evidence
Bằng chứng quan trọng,
có thực chất
Tangible evidence Bằng
chứng cụ thể
Testimonial evidence
Bằng chứng qua lời
khai trước toà của nhân
chứng
Evidential value Có giá trị làm
bằng chứng
Exacerbate, to *(Chữ khác:
Aggravate, to)* Làm cho
thêm trầm trọng
Exact, to Đòi phải trả tiền
Examination Chất vấn Thẩm
vấn
Examination, cross Hỏi cung
chéo Thẩm vấn đối kiểm
Examination, recross
Tái vấn đối kiểm
Thẩm vấn đối kiểm lần nhì
Examination, direct Trực vấn
Examination, redirect
Tái trực vấn
Trực vấn lần nhì
Examiner Giảo nghiệm viên
Medical Examiner: Bác sĩ
giảo nghiệm tử thi
Exceptions Dành quyền khiếu
nại với toà trên đối với phán
quyết của tòa dưới về việc
bác bỏ kiến nghị
Excessive force Xử dụng vũ lực
quá đáng
Excessive punishment Hình
phạt quá đáng

Excite, to *(Chữ khác: Incite, to Rouse, to)* Sách động

Excited utterance Lời khai Lời nói trong lúc bấn loạn hay phấn kích

Execution style killing Giết người theo kiểu hành quyết

Executive pardon Lệnh ân xá của Tổng Thống

Exclusion of witnesses Lệnh cho nhân chứng chờ ở ngoài phòng xử cho tới khi được phép vô

Exclusionary hearing Phiên toà xác định tình trạng khả chấp của bằng chứng

Exclusionary rule Qui luật về việc bác bỏ bằng chứng (vì thu thập bất hợp pháp)

Ex-convict *(Chữ khác: Ex-con)* Cựu phạm nhân

Excusable homicide Tội ngộ sát

Exculpatory statement Lời khai xoá tội

Execute, to Chấp hành Thi hành Xử tử

Executor Người thụ ủy thi hành chúc thư

Executioner Đao phủ

Executive pardon Ân xá của Tổng thống hay Thống đốc

Exemplar Mẫu thử nghiệm (thí dụ: giọng nói hay tuồng chữ)

Exemption Miễn trừ Biệt lệ

Exhibit, to Trưng liệu

Exhibit Chứng tích Chứng từ Vật chứng xuất trình trước tòa

Defense's exhibit: *Trưng liệu hay vật chứng của bên bị can*

State's exhibit: *Trưng liệu hay vật chứng của biện lý*

Exhibition Sự xuất trình vật chứng

Exonerate, to Miễn khiển trách Miễn phạt Miễn trừ Tha phạt

Exoneration Giải tội Sự miễn phạt Việc tha phạt

Exoneration of bail Trả lại tiền đặt cọc (thế chân)

Ex-parte hearing Phiên tòa không cần đối phương tham dự Thủ tục đơn phương

Expediency *(Chữ khác: Opportunism)* Xu thời

Expedient Có mánh lới Mưu chước Mưu kế Thủ đoạn

Expedite, to Xúc tiến

Expert findings Kết luận, xác định của giảm nghiệm viên hoặc của chuyên gia

Expert testimony Lời chứng của chuyên gia

Expert witness Nhân chứng chuyên gia

Explicit *(Chữ khác: Express)* Minh thị

Ex post facto law *(Chữ khác: Retroactive law)* Luật có giá trị hồi tố

Express, to Biểu lộ Biểu thị

Express agreement Thỏa thuận minh thị

Express amnesty Ân xá trực tiếp

Express authority Thẩm quyền minh thị

Express condition Điều kiện minh thị

Expropriate, to Tịch biên Truất hữu

Expulsion Loại trừ Trục xuất

Expunge, to *(Chữ khác: To purge)* Xoá bỏ hồ sơ khỏi lý lịch hình sự

Extenuating circumstance Trường hợp ngoài ý muốn (giảm khinh)

Extort, to *(Chữ khác: Blackmail, to)* Cưỡng đoạt Tống tiền

Extortion Cưỡng đoạt Tội hăm dọa làm tiền Tội tống tiền

Extradition Sự dẫn độ

Extradition law Luật dẫn độ

Extradition warrant Lệnh dẫn độ

Extraordinary circumstance Trường hợp bất thường, ngoại lệ

Eyewitness Nhân chứng có chứng kiến tại phạm trường Nhân chứng thấy tận mắt

F f

Fabricate, to Bịa đặt Dựng đứng một chuyện không có thực Nguỵ tạo

Fabricated evidence Bằng chứng nguỵ tạo

Face value Giá trị bề mặt Giá trị ngoài mặt

Facilitation Tạo điều kiện dễ dàng cho ai phạm tội hình sự

Fact Sự kiện Thực tại Sự việc Tình tiết trong chuyện xảy ra

> *Damning fact Sự kiện bất lợi*
>
> *Probative fact Sự việc có giá trị tranh cãi*
>
> *Relevant fact Sự kiện có liên quan trong vụ án*
>
> *Undisputed fact*
>
> *Uncontested Fact: Sự kiện đã được chấp nhận*

Fact finder *(Chữ khác: Finder of facts)* Hội thẩm xét xử Thẩm phán hành chánh

Fact finding hearing Phiên xử tại Tòa Án Thiếu Nhi Phiên toà nhằm xác minh sự kiện của vụ án

Facts in issue

Contested facts Sự kiện bị tranh cãi

Factual Căn cứ trên sự kiện

Have a factual basis: Căn cứ trên sự kiện

Failure to appear FTA Bỏ trốn không trình diện tòa hoặc quản chế

Failure to comply FTC Không tuân thủ lệnh toà trong thời gian tại ngoại

Fair Công bằng Không thiên vị Trung thực

Fair hearing Buổi thụ lý Buổi điều trần Phiên điều giải Phiên tòa hành chánh

Fair and equitable Công bằng và sòng phẳng

Fair and impartial jury Một hội thẩm đoàn công bằng và vô tư

Faith Niềm tin Sự tin tưởng

> *In bad faith Gian trá Không trung thực Không thực tâm*
>
> *In good faith Có thực tâm Có sự trung thực Có sự tình thực*

Fallacy *(Chữ khác: Misleading argument)* Sự ngụy biện

False accusation Vu cáo

False arrest Bắt người trái phép

False entry Bút toán giả tạo

False evidence Ngụy chứng

False imprisonment Giam người trái phép

False pretense *(Chữ khác: The white colar crime of fraud Misrepresentation)* Tội nộp hoá đơn giả Sự gian dối để trục lợi
Tội viết chi phiếu không tiền bảo chứng

False report Bá cáo giả tạo

False representation Lời khai gian Sự man trá

False statement Lời khai gian Lời khai không đúng sự thực

False testimony Lời chứng gian

False verdict Bình quyết ngược với bằng chứng và có thể bị huỷ bỏ bởi thẩm phán

Falsify a record, to Khai gian hồ sơ Ngụy tạo

Family counseling Tư vấn giúp giải quyết chuyện bất hoà trong gia đình

Family law court Tòa án gia đình (các vụ li dị, li thân, cấp dưỡng, bạo hành trong gia đình)

Family court commissioner Phụ thẩm toà án gia đình

Family court judge Thẩm phán toà án gia đình

Family court services Văn phòng cung cấp dịch vụ điều tra thuộc toà án gia đình

Family feud Mối bất hòa trong gia đình

Family law facilitator Hướng dẫn viên lo giúp thủ tục giấy tờ tại toà án gia đình

Family shelter *(Chữ khác: Women shelter)* Nơi tạm trú cho nạn nhân vụ bạo hành trong gia đình

Family support Tiền cấp dưỡng chung cho người phối ngẫu (thường là người vợ) và con cái

Family violence *(Chữ khác: Domestic violence)* Sự bạo hành trong gia đình

Fault Lỗi lầm Sai lầm
To be at fault *Có lỗi Sai lầm*

Fault-based divorce Li dị lấy lý do lỗi lầm của bên đối tụng

Fault grounds for divorce Các lý do để li dị (Thí dụ: Người phối ngẫu phạm tội ngoại tình)

Favoritism Sự thiên vị

Federal appeal court *(Chữ khác: Circuit court)* Tòa phúc thẩm liên bang

Feeble-minded Bị tối dạ nên không đủ năng lực pháp lý

Fee Án phí Lệ phí
Attorney's fee: Tiền thù lao luật sư

Fee splitting Tội chia chác tiền giới thiệu bệnh nhân

Feign, to Giả vờ

Feint Đòn nhử Kế nghi binh Ngón nhử Sự giả đò Giả vờ

Felon Kẻ phạm tội và bị kết án đại hình Kẻ bị kết tội đại hình

Felonious act Hành vi phạm tội đại hình

Felonious homicide Tội giết người đang khi phạm tội đại hình khác

Felony Tội đại hình Trọng tội

Felony murder *(Chữ khác: First degree murder)* Tội giết người cấp nặng, xảy ra khi nghi can đang phạm tội đại hình khác

Fence Kẻ mua bán đồ ăn cắp Nơi chứa chấp đồ ăn cắp

Fencing Tội giao dịch buôn bán đồ ăn cắp

Ferret, to Phát hiện Truy tầm

Fictitious Giả tạo

Fictitious Identification Thẻ căn cước giả

Fictitious name Tên giả

Fidelity bond *(Chữ khác: Surety bond)* Bảo chứng trách nhiệm Bảo chứng chấp hành nghiêm chỉnh

Fiduciary Người được ủy thác Người được tín thác

Field sobriety test Thử mức tỉnh táo của nghi can tại hiện trường (ngoài công lộ) Trắc nghiệm mức độ tỉnh táo của nghi can tại hiện trường

Field interrogation *(Chữ khác: Field interview)* Thẩm vấn tại phạm trường

Fifth Amendment Tu chính án thứ năm bảo đảm rằng một cá nhân không tự qui tội cho chính mình

Fighting *(Chữ khác: Brawl)* Ẩu đả

File Hồ sơ lưu Tài liệu

File, to Nộp đơn Đệ nạp Đệ trình đơn xin Vô đơn thưa kiện

File an appeal, to Nộp đơn xin kháng cáo

File a complaint, to Nộp đơn, vô đơn khởi tố

File a motion, to Đệ trình một kiến nghị lên toà

File an objection, to Nộp đơn phản đối tòa không theo đúng thủ tục

File without a finding, to Xếp hồ sơ

Filing Fees Lệ phí nộp đơn

Final judgment Án chung thẩm

Final order Lệnh chung quyết

Financial screening Thủ tục phỏng vấn để xin luật sư cãi thí

Financial responsibility Trách nhiệm tài chánh

Finding Kết luận Nghị án của toà Phán quyết của toà hay bình quyết của hội thẩm đoàn dựa trên sự kiện thực tại

Finding of guilt Kết luận, xác định mức độ tội phạm Xác định có tội

Finding of fact Kết luận, xác định về sự kiện

Finding of law Kết luận, xác định về luật

   Inquest findings Kết luận, xác định kết quả cuộc điều tra

   Expert findings Kết luận, xác định của giảm nghiệm viên hay chuyên gia (chuyên viên)

Fine Tiền phạt

Fingerprint Dấu tay

Fingerprint patterns Các kiểu dấu tay

   Arches Hình vòng cung

   Loops Hình thòng lọng

   Whorls Hình vòng xoắn ốc

Fingerprinting Lấy dấu tay

Fire a gun, to Nổ súng

Firearms Các loại súng ống

Firearms trafficking Buôn lậu súng ống

Fire starter *(Chữ khác: Arsonist)* Kẻ đốt nhà

Firing squad Đội hành quyết

First appearance *(Chữ khác: Initial appearance Probable cause hearing)* Phiên tòa xác định tội chứng

First offender Kẻ phạm pháp lần đầu

Fish Cớm Cảnh sát

Fishing expedition Cuộc điều tra dọ dẫm

Fishy *(Chữ khác: Shady)* Ám muội

Fixed juror Hội thẩm bị mua chuộc

Fixing *(Chữ khác: Jury fixing)* Mua chuộc hội thẩm

Flashing *(Chữ khác indecent exposure)* Phạm tội công xúc tu sỉ

Flaw *(Chữ khác: Defect)* Khuyết điểm Khiếm khuyết

Flee, to Chạy trốn Đào tẩu Tẩu thoát

Flex cuffs Còng tay bằng nhựa dẻo

   Handcuff Còng sắt

Flight Sự đào tẩu Sự tẩu thoát

Flight from justice Chạy trốn khỏi công lý

Flight from prosecution Chạy trốn để khỏi bị truy tố

Flogging Nhục hình bằng roi vọt

Follow up, to *(Chữ khác: To keep track of)* Theo dõi

Fondle, to Sờ mó Mân mê

Food stamp fraud Gian lận về phiếu thực phẩm

Foot patrol Cảnh sát tuần bộ

Foot rail Máy báo động ngầm để gần dưới chân quầy tính tiền

For all intent and purposes Hầu như vậy

For the record Nói một cách chính thức có ghi vào biên bản

Force Vũ lực

Deadly force Vũ lực gây chết người

Excessive force Xử dụng vũ lực một cách quá đáng

Reasonable force Xử dụng vũ lực tương đối để bảo vệ

Force majeure Trường hợp bất khả kháng

Force of law Uy lực của luật pháp

Forced entry Xâm nhập bằng sức mạnh

Force-feed, to Ép buộc tù nhân phải ăn (trường hợp tù nhân đòi tuyệt thực)

Forced oral copulation Bị ép buộc giao hợp bằng miệng

Forcible entry Cậy cửa vào nhà

Forcible entry and detainer Đột nhập và chiếm hữu trái phép

Forcible escape Vượt ngục bằng bạo lực

Forcible rape Tội cưỡng hiếp

Foreclosure Tịch thu tài sản để trả nợ Thủ tục "kéo nhà" vì không thể trả được tiền nhà còn nợ ngân hàng

Foregone conclusion Kết luận đã định trước

Foreman *(Chữ khác: Foreperson Jury foreman)* Trưởng toán hội thẩm đoàn

Forensic evidence Bằng chứng giảo nghiệm (pháp y)

Forensic pathology Khoa bênh học pháp y Khoa y học giảo nghiệm tử thi

Forensic pathology fellow Chuyên viên khoa giảo nghiệm (bệnh học pháp y)

Forensic ballistics Giảo nghiệm đạn đạo (vũ khí)

Forensic work công việc giảo nghiệm (pháp y)

Forfeit one's right, to Bị mất quyền Bị tước quyền

Forfeit, to Tịch thu tiền thế chân

Forfeiture Sự thất quyền Bị tước quyền Bị tịch thu tài sản tiền bạc để sung vào công quỹ Sự tịch biên

Forfeiture petition Kiến nghị xin tịch biên tiền bạc hay tài sản của bị can dùng vào việc phạm pháp (Thí dụ: tiền kiếm được qua buôn lậu)

Forge, to Giả mạo Ngụy tạo giấy tờ

Forged instrument Tài liệu bị cạo sửa Tài liệu giả mạo Giấy tờ hay tài liệu ngụy tạo

Forgery Tội giả mạo bằng cách cạo sửa giấy tờ tài liệu

Forgery and counterfeiting Tội giả mạo và ngụy tạo giấy tờ. Tội làm đồ giả

Form Ấn chỉ Mẫu đơn

Formula Định thức

Foster care Chăm nuôi tạm thời đối với trẻ em bị cha mẹ ruột bỏ bê, hoặc chưa được nhận làm con nuôi

Foster family Gia đình chăm nuôi

Foster parents Cha mẹ nuôi (tạm thời)

Foundation Nền tảng căn bản Nguyên tắc căn bản phải được thiết lập trước khi đưa ra bằng chứng

Fraud Sự gian trá Tội gian lận, bịp bợm

Bank fraud Tội gian lận ngân hàng

Check fraud Tội gian lận về chi phiếu

Consumer fraud Gian lận với người tiêu thụ

Corporate fraud Gian lận trong công ty

Insurance fraud Gian lận về bảo hiểm

Food stamp fraud Gian lận về phiếu thực phẩm

Mail fraud Gian lận về thư tín

Securities fraud Gian lận về chứng khoán

Tax fraud Gian lận về thuế

Telemarketing fraud Bịp bợm và gian trá qua cách tiếp thị bằng điện thoại

Welfare fraud Gian lận về tiền trợ cấp

Fraudulent Gian trá

Fraudulent marriage Cuộc hôn nhân gian trá

Free on bond/bail Được tự do tạm sau khi đóng tiền tại ngoại

Freedom of speech Tự do ngôn luận

Freelancers (Chữ khác: Jailhouse lawyers) Tù nhân đóng vai "luật sư" nhà tù "cố vấn pháp lý" cho các bạn tù

Fresh pursuit Cảnh sát tiếp tục và liên tục rượt đuổi nghi can xuyên qua ranh giới ngoài khu vực trách nhiệm

Friction ridges Các đường chỉ trên đầu ngón tay

Friend of the court *(Chữ khác Amicus curiae)* Người cố vấn đóng góp ý kiến cho toà

Frisk, to *(Chữ khác: Pat down, to)* Khám xét bằng cách vỗ vào quần áo nghi can Lần người để khám xét

Frivolous defense Lời bào chữa vô căn cứ

Frivolous lawsuit Sự kiện tụng hão huyền (vô căn cứ)

Frivolous motion Kiến nghị hão huyền Kiến nghị không có lý do pháp lý rõ rệt

Frivolous objections Ý kiến phản đối vô căn cứ

Front business Làm ăn trá hình Kinh doanh trá hình

Front Sự trá hình *(Thí dụ dùng massage palor để tổ chức mãi dâm bên trong)*

Fruits of the poisonous tree doctrine *(Chữ khác: Exclusionary Rule)* Bằng chứng, tang chứng thu thập bất hợp hiến (vi phạm quyền hiến định)

Fugitive Kẻ tại đào

Fugitive warrant Trát truy nã kẻ tại đào

Full pardon *(Chữ khác: Absolute pardon)* Ân xá toàn phần Toàn xá

"Full service" Tiếng lóng của cảnh sát chìm đòi "mua dâm trọn gói" (khi gài bẫy để bắt giữ gái điếm)

Furlough Nghỉ phép của phạm nhân

Furnishing liquor to minors Tội bán hay cung cấp rượu cho trẻ vị thành niên

G g

Gag, to Bịt miệng

Gag order Lệnh cấm không được phát biểu Lệnh tòa cấm không được tuyên bố, in ấn, phỏng vấn, đề cập tới các sự kiện đang được xét xử

Gambling device Dụng cụ đánh bạc

Game of chance Trò hên xui mạnh rủi

Gaming and gambling offenses Các tội phạm về cá cược và đánh bạc

Illegal gambling: Cờ bạc bất hợp pháp

Gang Băng đảng

Organized crime gang Băng đảng phạm pháp có tổ chức

Street gang Băng đảng trên hè phố

Gang rape (Chữ khác: Rape in concert) Hiếp dâm tập thể "Bề hội đồng"

Gang tagging and graffiti Ghi biểu hiệu lãnh địa hoạt động của băng đảng

Garnish, to Chiết lương Sai áp tiền lương để trừ nợ

Garnished wages Tiền lương bị sai áp

Garnishment Sự chiết lương Khấu trừ vào tiền lương để trả tiền cấp dưỡng

Gas chamber Phòng hơi ngạt để hành quyết tử tội

Gay bashing Chế nhạo và hành hung người đồng tính luyến ái

Gender bias (Chữ khác: Discrimination against someone on the basis of gender) Kỳ thị giới tính

General intent Ý định chung Ý đồ chung

General jurisdiction Thẩm quyền xét xử rộng quyền của toà

General pardon Đại xá

Genocide Tội diệt chủng

Geriatric unit Đơn vị dành riêng cho tù nhân lớn tuổi

Get-away car Xe hơi dùng để thoát chạy khỏi phạm trường

Get into trouble with the law, to Bị lôi thôi với pháp luật Bị rắc rối với pháp luật

Gimmick Mánh lới

Gimmicky Có tính cách mánh lới

Give up a right, to *(Chữ khác: Waive, to)* Từ bỏ quyền hạn

Giving tobacco to minor Tội cho thuốc lá cho thiếu niên

Glue sniffing Hít ma tuý xì ke Hít keo

Good behavior Hạnh kiểm và lao tác tốt

Good cause Lý do chính đáng

"Good cop, bad cop" Kỹ thuật điều tra của cảnh sát"vừa đánh vừa thoa"

Good deed Nghĩa cử

Good faith Trung thực Chân thật Ngay tình

Bad faith: Gian trá Thiếu chân thật

Good faith bargaining Thương lượng trong sự trung thực

Good moral character Người có căn bản đạo đức

Good samaritan rule Qui luật nghĩa hiệp

Good time Được giảm thời gian nằm tù vì có hạnh kiểm và lao tác tốt

Grace Thời kỳ ân hạn

Graded offense Phạm pháp theo cấp độ (Thí dụ: Tội ăn cắp cấp 1, 2 vv...)

Grading Cách phân loại cấp độ tội trạng

Graffiti Vẽ viết bậy lên tường nơi công cộng

Graft Sự hối lộ Đút lót Tội ăn hối lộ

Grand jury Đại Bồi Thẩm Đoàn

Investigative grand jury Đại bồi thẩm điều tra

Runaway grand jury Đại bồi thẩm không đạt được ý kiến thống nhất như biện lý yêu cầu

Special grand jury Đại bồi thẩm đặc biệt với thẩm quyền hạn chế

Grand jury indictment Bản Cáo Trạng của đại bồi thẩm đoàn

Grand larceny *(Chữ khác: Grand Theft)* Tội ăn cắp với khối lượng lớn (trị giá trên $250)

Grandparents rights Quyền được thăm viếng cháu của ông (bà) nội (ngoại)

Grapevine Tin đồn Tin vịt

Grant, to *(Chữ khác: Authorize, to)* Ban cho Chấp thuận Chấp thuận một kiến nghị Chuẩn hứa

Grant a motion, to Chấp thuận một kiến nghị

Grantee Người được chuyển nhượng Người thụ hưởng

Grantor Người thiết lập quỹ tín dụng Người ban phát

Graphology Kỹ thuật phân tích tuồng chữ trong việc thiết lập bằng chứng

Gratuitous Miễn phí Cho không Vô căn cứ Vu vơ Không có lý do

Gratuity Tiền hối lộ Tiền thưởng

Gravity Tầm mức quan trọng

Great bodily injury Thương tích trầm trọng

Great bodily injury cause Điều khoản về việc gây thương tích trầm trọng

Greedy and corrupt officials Bọn tham quan ô lại

Green card marriage (*Chữ khác: Sham marriage*) Hôn nhân giả tạo (với mục đích được sinh sống ở Mỹ)

Grievance Lời kêu ca Sự phàn nàn Sự khiếu nại

Grievous bodily harm Gây thương tích trầm trọng

Grocery cart theft Tội ăn cắp xe mua hàng ở chợ

Gross abuse Lợi dụng trắng trợn

Gross indecency Sự tục tằn thô tục

Gross misdemeanor (*Chữ khác: Serious misdemeanor*) Tội tiểu hình cấp nặng (gia trọng)

Gross negligence Bất cẩn quá đáng Sự cẩu thả cấp nặng

Gross violation Sự vi phạm trầm trọng

Ground Lý do Căn cứ Nguyên cớ

Grounds for divorce Lý do li dị

Groundless Vô căn cứ

Group home 1. Nhà tập thể cho phạm nhân nhẹ tội 2. Cơ sở chăm sóc trẻ em không có thân nhân 3. Nhà tập thể cho người mắc bệnh chậm trí

Grow house (*Chữ khác: Stash house*) Nhà trồng cần sa

Grow operation Tội trồng cần sa

Guard (*Chữ khác: Correctional officer*) Lính gác tù

Guardianship Bảo tá tư pháp Giám hộ

Guardian Ad Litem (*Chữ khác: Legal guardian*) Người giám hộ đại diện trẻ vị thành niên hoặc người khuyết tật trong vụ án

Guidelines Hướng dẫn về án phạt Đường lối chỉ đạo

Child support guidelines Tiêu chuẩn ấn định tiền cấp dưỡng

Sentencing guidelines Tiêu chuẩn ấn định hình phạt tuỳ theo tội trạng và mức độ phạm pháp

Guilt by association Có tội vì liên hệ giao du

Guilty Có tội Nhận tội

Guilty plea Lời khai nhận tội

Guilty verdict Bình quyết có tội

Gun Súng

> ***Hand gun Small arms*** *Súng nhỏ Súng tay*
>
> ***Long gun*** *Súng dài (súng trường hoặc shotgun)*

Gun buy-back program Chương trình khuyến khích dân chúng bán súng lại cho chính quyền

Gun control laws Luật kiểm soát gắt gao việc mua bán và trao đổi súng ống

Gun meltdown Chương trình thiêu hủy súng bằng việc nấu chảy thép súng các khẩu súng bị tịch thu

Gunshot Tiếng súng nổ

Gunshot wound Vết thương vì trúng đạn

H h

Habeas corpus Câu thúc thân thể (Lệnh xét định sự hợp pháp của việc giam giữ)

Habitual criminal *(Chữ khác: Career criminal Habitual offender Repeat offender)* Phạm nhân có nhiều tiền án Phạm nhân chuyên nghiệp Phạm nhân tái phạm nhiều lần

Habitual residence Nơi thường cư ngụ

Hacker Kẻ dùng máy vi tính của mình để xâm nhập máy vi tính của người khác (để phá hoại hoặc gây rối loạn cho hệ thống)

Hair trigger Cò súng

Halfway house Trại chuyển tiếp Trại giam ban đêm (Tù nhân được phép đi làm ban ngày buổi tối cắm trại)

Half brother Anh (em) nửa giòng máu (cùng cha khác mẹ hay cùng mẹ khác cha)

Half sister Chị (em) nửa giòng máu (cùng cha khác mẹ hay cùng mẹ khác cha)

Handcuffs Còng sắt Còng tay

Handgun *(Chữ khác: Small arms)* Súng nhỏ Súng tay (Thí dụ: súng lục, súng trái khế, vv…)

Handle, to Xử trí

Tactful handling: Sự xử trí khôn khéo

Harass, to Chọc ghẹo Đe doạ, quấy phá liên tục

Harassing calls Cú điện thoại để chọc ghẹo, đe dọa, phá rối

Harassment Sự đe doạ, cuối phá liên tục bằng lời nói, cử chỉ hay hành động gây phiền hà hay sợ sệt cho nạn nhân

Aggravated harassment Đe dọa quấy phá trường hợp gia trọng

Sexual harassment: Chọc ghẹo Sàm sỡ "Sách nhiễu tình dục"

Harbor patrol Cảnh sát hải cảng

Harboring Tội chứa chấp, che chở kẻ phạm pháp hoặc di dân bất hợp pháp

Hard-core Ác ôn Bất trị Côn đồ Trung kiên

Hard-core criminal Phạm nhân bất trị Phạm nhân cứng đầu

Hardcore members of a gang Các thành viên trung kiên của băng đảng

Hardcore offender Kẻ phạm pháp loại bất trị, côn đồ

Hardened criminal Phạm nhân bất trị

Hard labor *(Chữ khác: Hard time)* Án phạt khổ sai Hình phạt lao tác dành cho các tù nhân cứng đầu, bất trị

Harm, to Gây nguy hại

> ***Bodily harm*** *Gây đau đớn, thương tích cho thân thể*

> ***Imminent harm*** *Sự nguy hại nhãn tiền*

> ***Physical harm*** *Làm thiệt hại thực sự cho đất đai, tài sản, thân thể*

Harmful behavior Hành vi hay thái độ có thể gây nguy hại (nhất là đối với trẻ em)

Harmless error Một sai lầm vô hại trong khi xét xử (không ảnh hưởng tới kết quả của việc xét xử)

Hardship Hoàn cảnh khó khăn Sự gian lao Khổ sở Tân khổ Vất vả

Hardship discharge Được miễn thi hành nghĩa vụ hội thẩm vì hoàn cảnh

Hate crime Tội kỳ thị Tội phạm về kỳ thị Tội thù hận

Hatred *(Chữ khác: Rancor)* Hận thù

Have a factual basis, to Căn cứ trên sự kiện

Hazard Sự nguy hiểm Sự rủi ro

> ***Occupational hazard*** *Rủi ro nghề nghiệp*

Hazing "Lễ nhập môn" Nghi thức nhập băng đảng

Hear, to Thụ lý *(to hear a case)*

Hearing Buổi điều trần Phiên điều giải Phiên toà Phiên thụ lý Phiên xét định

> ***Certification hearing*** *Phiên toà xét định tư cách thích hợp xét xử tại toà thiếu nhi hay chuyển lên toà người lớn*

> ***Competency hearing***

> ***Fitness hearing*** *Phiên toà xét định năng lực ra xét xử*

> ***Contested hearing*** *Phiên toà thụ lý kháng biện của bị can*

> ***Detention hearing*** *Phiên toà xét định việc tạm giam hay cho tại ngoại*

> ***Disposition hearing*** *Phiên toà xét định bản án thích hợp cho thiếu nhi phạm pháp*

Evidentiary hearing
Phiên toà xét định về
bằng chứng
Exclusionary hearing
Phiên toà xét định tình
trạng khả chấp của bằng
chứng
Fair hearing Phiên điều
giải hành chánh Phiên
toà hành chánh
In-camera hearing
Phiên xử kín trong
phòng Thẩm Phán
Initial hearing Phiên
toà sơ thẩm
Omnibus hearing Phiên
toà xét định diễn tiến thủ
tục trước khi ra xử
Preliminary hearing
Phiên toà trung thẩm
Pre-trial hearing Phiên
toà tiên xử Phiên toà
thương thảo
Probation hearing
Phiên toà xét định việc
vi phạm các điều kiện
quản chế
Probable cause hearing
Phiên toà xét định tội
chứng
Restitution hearing
Phiên toà xét định tiền
bồi thường cho nạn
nhân
Show cause hearing
Phiên toà trưng cớ
Suppression hearing

3.5 Hearing Phiên toà
xét định về lời khai thú
tội của nghi can
3.6 Hearing Phiên toà
xét định sự chính xác về
danh tính của bị can
Transfer Hearing
Certification hearing
Decline hearing Phiên
toà xét định việc chuyển
thiếu nhi phạm pháp lên
toà người lớn để được
xét xử
Hearing examiner Giới chức
thẩm định về việc phóng
thích tù nhân trước thời hạn
Hearing examiner (*Chữ khác:*
***Administrative Law Judge*)**
Quan toà hành chánh Thẩm
phán hành chánh
Hearing officer Điều xử viên
Viên chức điều xử thụ lý
Hearsay Điều nghe nói lại Lời
đồn đại
Heat of passion Sự mất lý trí
trong một giây thiếu suy
nghĩ
Henchman Bộ hạ Tay sai
Heinous crime Tội phạm cực
kỳ tàn ác
Hideout Mật khu Nơi ẩn náu
Sào huyệt
High crimes and
misdemeanors Loại tội
phạm của giới chức cao cấp
có thể bị bãi chức hoặc truất
phế

High risk offender Kẻ phạm pháp có thể tái phạm

High-speed pursuit Cảnh sát rượt đuổi xe của nghi can với tốc độ cao

High treason Tội phản quốc

Hijack Tội cướp máy bay, xe cộ, tầu bè

Hijack alert system Hệ thống báo động xe bị cướp đoạt trên công lộ

Hijacker Kẻ cướp đoạt

Hired gun Kẻ giết mướn chuyên nghiệp

Hireling Kẻ làm thuê Tay sai

Hit and run Tội đụng xe bỏ chạy

Hit man Kẻ được mướn để giết người Kẻ giết mướn

HIV Human Immunodeficiency Virus Loại vi khuẩn gây ra bệnh AIDS

Hog Tù nhân

Holding of the court *(Chữ khác: Actual ruling of the court)* Phán quyết

Holding cell *(Chữ khác: Holding pen or Lockup)* Phòng tạm giam

Holding facility Cơ sở tạm giam

Hold someone in contempt, to Kết tội khinh thường lệnh toà

Holdup Vụ cướp có súng

Hole Phòng biệt giam

Home confinement *(Chữ khác: Home detention)* Quản thúc tại gia

Home invasion Đột nhập tư gia để ăn cướp, khảo của Xông vào nhà để khảo của

Home monitoring Thủ tục kiểm soát bằng máy điện tử đối với người bị quản thúc tại gia

Home rule Tôn ti trật tự trong gia đình con cái phải tuân theo (Thí dụ: một trong các điều kiện toà buộc thiếu nhi phạm pháp phải tuân theo trong trường hợp được "quản thúc tại gia")

Homestead law Luật cấm tịch biên nhà để trừ nợ Luật cấm xiết nợ qua việc tịch biên nhà cửa

Homicide Tội giết người Tội sát nhân

Calculated homicide *Tội giết người có chủ ý, có tính toán*

Criminal homicide Vụ án mạng

Excusable homicide Vụ làm thiệt mạng vì sơ suất hay bất cẩn

Felonious homicide Tội giết người đang khi phạm tội đại hình khác

Justifiable homicide Giết người trong trường hợp tự vệ

Vehicular homicide Tội giết người do tai nạn xe cộ

Honor camp Trại cải huấn Trại tù giam lỏng (thường cho thiếu nhi phạm pháp)

Hoodlum Du đãng

Hooker "Chị em ta" Gái điếm

Hostage negotiation Thương lượng để thả con tin

Hostile posture Thái độ thù nghịch

Hostile witness *(Chữ khác: Adverse witness)* Nhân chứng đối nghịch Nhân chứng thù nghịch Nhân chứng không hợp tác

Hot pursuit Rượt đuổi sát nút

Hot spot of crime *(Chữ khác: Hot spots)* Vùng có nhiều tội ác, Điểm nóng Vùng xôi động

House arrest Quản thúc tại gia

House curfew Giờ người bị quản thúc phải có mặt tại nhà Giờ giới nghiêm

Housebreaking*(Chữ khác: Burglary)* Tội đột nhập ăn trộm Tội "nhập nhà"

Human trafficking Tội buôn người

Humiliation *(Chữ khác: Shame)* Sự ô nhục

Hung jury Bồi thẩm đoàn không nhất trí

Hunt, to Tầm nã Truy nã

Husband and wife privilege *(Chữ khác: Marital privilege)* Đặc quyền về hôn phối

Hush money Tiền hối lộ Tiền "trà nước"

Hypothetical question Câu hỏi giả định

Hysterical Bấn loạn Cuống cuồng lên

73

I i

Identification at the trial
Nhân diện, nhận dạng bị cáo
Chỉ đích danh bị cáo trong
phiên xử

Identification of suspect Nhận
diện nghi can

**Identification parade (Chữ
khác: Police line-up)** Nhận
diện nghi can dưới hình
thức xếp hàng ngang
*Mistaken identification: Sự
nhận diện sai lầm*

Identity crisis Sự khủng hoảng
của giới trẻ về bản ngã hay
chỗ đứng của mình

Identi-Kit Dụng cụ tạo hình kẻ
tình nghi phạm pháp qua sự
mô tả nhận diện của nhân
chứng

Identity theft Tội ăn cắp giấy
tờ cá nhân (thẻ tín dụng, thẻ
an sinh xã hội)

Ignition interlock Dụng cụ
kiểm chế người say rượu
không được lái xe

Ill-advised Khinh xuất Ngu
xuẩn Thất sách

Ill-defined Không rõ ràng Mập
mờ

Ill-disposed Ác ý Có ý xấu
Không có lợi cho

Ill-gotten Phi nghiã Phi pháp

Illegal Bất hợp pháp

Illegal entry Sự xâm nhập bất
hợp pháp

Illegally obtained evidence
Bằng chứng lấy được một
cách bất hợp pháp

Illegitimate child Con hoang
Con ngoại hôn Con tư sinh

Illicit relationship Quan hệ bất
chính

Illegal act Hành vi bất hợp
pháp

Illegal alien Ngoại kiều bất hợp
pháp

Illegal gambling Cờ bạc bất
hợp pháp

**Illegal immigrant (Chữ khác:
Undocumented immigrant)**
Di dân bất hợp pháp (không
có chứng minh thư)

Illegal imprisonment Cầm tù
bất hợp pháp

**Illegal possession of food
stamps** Tội oa trữ phiếu
thực phẩm

Illegal search Việc khám xét bất hợp pháp

Immaterial Không liên hệ Không cần thiết

Immediate control Khu vực kiểm soát trực tiếp (Kẻ xâm nhập bất hợp pháp sẽ bị bắt mà không cần trát tòa)

Immediate need Nhu cầu cấp bách

Imminent danger Sự nguy hiểm trước mặt Sự nguy hiểm nhãn tiền

Imminent harm Sự nguy hại nhãn tiền

Immoral conduct Hành vi vô luân

Immunity Quyền đặc miễn

Immunity from prosecution *(Chữ khác: Transactional immunity)* Quyền đặc miễn khỏi bị truy tố

Impairing the morals of a minor Tội phạm về thuần phong mỹ tục đối với trẻ em (Thí dụ: sờ mó trẻ em, bắt ép trẻ em chụp hình khiêu dâm)

Impanel a jury. to Đưa vào danh sách bồi thẩm đoàn Bồi thẩm đoàn được thiết lập

Impartial Không thiên tư Không thiên vị

Impartial juror Hội thẩm vô tư

Impeach the witness, to Truất bãi nhân chứng

Impeachment Việc truất bãi Bày tỏ một nghi ngờ Thủ tục bãi nhiệm một giới chức cao cấp

Impeachment evidence Bằng chứng nhằm đánh bại sự trung thực của nhân chứng

Impeachment of witness Sự truất bãi một nhân chứng (vì nghi ngờ tính cách khả tín hoặc có thành kiến)

Impecunious Túng thiếu

Impede, to *(Chữ khác: Clog, to Deter, to Hamper, to Hinder, to)* Cản trở Ngăn cản

Impersonating an officer Tội mạo danh cảnh sát viên hay nhân viên công lực

Impersonation Sự mạo danh Sự mạo nhận danh tánh

Implicate, to Ngụ ý có liên quan tới tội phạm

Implicit Mặc thị

Implied amnesty Ân xá mặc nhiên

Implied authority Thẩm quyền mặc nhiên

Implied consent Ưng thuận mặc nhiên

Implied Bao hàm Hàm ý Ngụ ý Hiển nhiên Mặc nhiên Mặc thị

By Implication of Law: *Theo hàm ý của đạo luật*

Implied condition Điều kiện mặc nhiên Điều kiện mặc thị

Implied confession Lời thú tội mặc nhiên (Trường hợp nhận tội theo án lệ Alford)

Implied intent Ý đồ mặc nhiên

Implied malice (*Chữ khác: Constructive malice Malice in law Real malice*) Ác ý mặc nhiên Ác ý ngầm

Impose an order, to Ban hành một án lệnh

Imposter (*Chữ khác: Impostor*) Kẻ mạo danh

Impounded property Tài sản bị câu lưu

Impression Dấu in để lại (Fingerprint: dấu tay)

Imprisonment Sự tống giam Sự cầm tù

Illegal imprisonment: Cầm tù bất hợp pháp

Imprisonment for debt Bị cầm tù vì không chịu trả nợ (thí dụ: bỏ không trả tiền cấp dưỡng)

Improper use Lạm dụng Xử dụng không đúng qui định

Impropriety Sự thiếu tư cách Sự khiếm nhã

Impugn, to Đặt vấn đề để nghi ngờ Tỏ thái độ không tin cậy

Impugn a piece of evidence Đặt vấn đề không công nhận một bằng chứng Đặt vấn đề để nghi ngờ

Impugn the witness's credibility Đặt vấn đề khả tín của nhân chứng

Impugn the opponent's good faith Đặt vấn đề ngay tình của đối phương

Impulse Sự thôi thúc tức thời Sự bốc đồng, ngẫu hứng

Impunity Sự được miễn phạt vạ

With impunity: Without punishment Không bị phạt vạ

Imputation Sự qui tội cho ai

Imputation against a witness Sự qui tội cho một nhân chứng

Imputable Có thể bị qui tội

Impute guilt upon a person Kết tội ai Qui tội cho ai

Imputed income Lợi tức giả định

In absentia Vắng mặt

Inadmissible Bất khả chấp Không thể chấp nhận được

Inadmissibility: Bằng chứng không được chấp nhận

Inalienable rights Quyền bất khả di nhượng

In bad faith Gian trá Không trung thực Không thực tâm

In camera (*Chữ khác: In a chamber In the judge's chambers*) Trong phòng làm việc của thẩm phán

In camera hearing Phiên xử kín trong phòng Thẩm Phán

Incapacity Sự vô năng lực Sự bất khả dụng
Criminal incapacity Không có năng lực phạm pháp (vì thể chất hay tâm thần)

Incarcerate, to Bỏ tù Tống giam

Incarceration Sự giam cầm Sự nằm tù

Incendiary devices Các dụng cụ dùng để gây hoả hoạn

Incendiary statement Lời tuyên bố nẩy lửa

Incest Tội loạn luân

Inchoat offenses Các loại tội phạm trong giai đoạn phôi thai (thí dụ: toan tính, dụ dỗ)

Incident report Bản bá cáo sự việc xẩy ra Biên bản nội vụ

Incised wound Vết thương bị cắt, rạch

Incite, to Xúi bẩy Kích động Xách động

Incitement to commit a crime Sự xúi dục phạm tội

Included offense (*Chữ khác: lesser included offense*) Nguyên tắc về tội phạm ở cấp nhẹ hơn

Income and expense declaration Bản kê khai lợi tức và chi phí để quyết định tiền cấp dưỡng

Income tax evasion Tội trốn thuế

Incommunicado Sự biệt giam

Incommutable (tội phạm) không thể giảm khinh được

Incompatible Không hợp nhau (một lý do để ly dị) trong vụ ly dị không qui lỗi Xung khắc

Incompetency Sự không đủ năng lực pháp lý để ra xét xử

Incompetent to stand trial Không đủ năng lực pháp lý để ra xét xử
Mentally incompetent Không đủ năng lực để chịu trách nhiệm

Inconclusive Chưa ngã ngũ Không đi tới một kết thúc nào cả

Inconsistent Không nhất quán Tiền hậu bất nhất

Inconsistent presumption Sự suy đoán bất nhất

Incontestable Không thể tranh cãi được

Incorrigible child Đứa trẻ bất trị, ngỗ nghịch

Incorrigible deliquent Thiếu nhi bất trị Không thể cải hoá được

Incriminate, to Tự buộc tội Qui tội

Incriminating Buộc tội Qui tội Vạch tội

Incriminating evidence Bằng chứng buộc tội Bằng chứng qui tội

Incriminating question Câu
hỏi có tính cách gán tội Câu
hỏi có tính cách qui tội
Inculpatory statement Lời
khai qui tội
Incur, to Gánh chịu
Incur responsibility Gánh chịu
trách nhiệm
Incur losses, to Gánh chịu các
sự thiệt thòi
Indecency Sự xúc phạm sỗ
sàng Sự sàm sỡ Sự vô liêm
sỉ
Indecent assault Sự xâm phạm
tiết hạnh
Indecent exposure Tội phô bầy
hạ bộ nơi công cộng Tội
phạm công súc tu sỉ
Indecent liberties Hành vi sỗ
sàng thô tục
*Gross indecency Sự tục tằn,
thô tục*
Indecorum Không đàng hoàng
Không đúng mực Thiếu tư
cách
Indefinite detainee Kẻ bị giam
cầm vô hạn định
In demand "Có giá" Được
nhiều người cần tới Được
nhiều người yêu cầu
Indemnify, to Bồi thường
Indemnity *(Chữ khác:
Compensation)* Bồi khoản
Sự bồi thường
Indeterminate sentence *(Chữ
khác: Indefinite sentence)*

Bản án không qui định rõ
cấp độ hình phạt
Indictment Công tố trạng Bản
cáo trạng của Đại Bồi Thẩm
Đoàn
*Joint indictment Bản
cáo trạng có hai bị cáo
trở lên cùng một tội
phạm*
*Multi count indictment
Bản cáo trạng ghi nhiều
tội danh*
*Sealed indictment Bản
cáo trạng được niêm
phong*
**Indifference to the value of
human life** Coi thường
mạng sống con người
Indigent Có lợi tức thấp Nghèo
Indigent defendant Bị can
nghèo (không đủ khả năng
tài chánh)
Indignant Công phẫn
Indignation *(Chữ khác:
Resentment)* Sự công phẫn
Sự phẫn uất
Indignity Hành động hạ phẩm
cách hoặc coi thường người
phối ngẫu
Indigent defendant Bị cáo
nghèo
Indirect attack *(Chữ khác:
Collateral attack)* Việc bác
bỏ gián tiếp phán quyết của
toà (Kháng án nêu lý do phụ
thuộc)

Indirect contempt Coi thường toà bằng cách không thi hành án lệnh

Indiscriminate Bừa bãi

Induce, to Giụ dỗ Khuyến giục Thôi thúc

Induce to a crime Dỗ dành Giụ dỗ Thôi thúc phạm tội

Inducement Sự giụ dỗ Sự thôi thúc phạm tội

Induction Sự lý luận bằng cách quy nạp

In due form *(Chữ khác: In proper form)* Hợp lệ

Industrial espionage Tội gián điệp kỹ nghệ (Ăn cắp bí quyết thương mại)

Ineffective assistance of counsel Không được sự giúp đỡ tận tình của luật sư Sự giúp đỡ không có hiệu quả

Infamous Bỉ ổi Xấu xa

Infanticide Tội giết trẻ sơ sinh

Inference Sự suy diễn Sự suy luận

Inferiority complex Mặc cảm tự ti

Infidelity Tội ngoại tình

Infiltrate, to *(Chữ khác: Intrude, to Penetrate, to)* Xâm nhập

Infer guilt, to Đi đến kết luận là có tội Suy diễn có tội

Infirmary Bệnh xá trong nhà tù

Infirmity Sự suy nhược về cơ thể

In Forma Pauris IFP Chứng thư xác nhận một cá nhân có đủ điều kiện được hưởng miễn phí dịch vụ pháp lý tại tòa

Inflict bodily harm, to Gây thương tích thân thể

Informant *(Chữ khác: Rat Snitch)* Điềm chỉ viên Kẻ chỉ điểm Mật báo viên Tên chỉ điểm

Informer *(Chữ khác: Feigned accomplice)* Người mật báo cho chính quyền

Information Bản cáo trạng của công tố viện (không cần qua đại bồi thẩm đoàn) Khởi tố trạng

Infraction Phạt vi cảnh *Traffic Infraction Tội vi phạm luật lưu thông*

Infringe, to *(Chữ khác: To encroach To trespass)* Xâm phạm

Infringe a copyright, to Ngụy tác

Infringement Sự lấn quyền Sự xâm phạm

In good faith Có thực tâm Có sự trung thực Có sự tình thực

Inherent Cố hữu

Inherent coercion Cách lấy khẩu cung của cảnh sát qua kỹ thuật cưỡng ép

Inheritance law Luật thừa kế

Initial appearance *(Chữ khác:* ***First appearance Probable cause hearing)*** Phiên tòa xác định tội chứng

Injuction Án lệnh ngăn cấm Lệnh đình chỉ sự tiến hành ***Court injunction:*** *Án lệnh đình chỉ sự thi hành*

Injury Sự gây nguy hại, tổn hại cho người khác
> ***Bodily injury*** *Thương tích thân thể*
> ***Malicious injury*** *Gây thương tích với ác ý*
> ***Physical injury*** *Sự thiệt hại về vật chất*

In-kind income Lợi tức được trả bằng hiện vật

Inmate Tù nhân

Innocence Sự vô tội Sự ngây thơ trong trắng

Innocent until proven guilty Vô tội cho tới khi chứng minh là có tội

Innocuous *(Chữ khác:* ***Harmless)*** Vô hại

Innuendo Sự nói bóng nói gió Nói cạnh nói khoé

In propria persona *(Chữ khác: In pro per Pro per Pro se)* Tự biện hộ

In pursuit of Mưu cầu Theo đuổi một ý định

In pursuit of happiness Mưu cầu hạnh phúc

Inquest Việc điều tra về cái chết hay vụ cháy nhà khả nghi

Inquest findings Kết luận, xác định kết quả cuộc điều tra

Inquisitor Điều tra viên hay thẩm vấn viên giảo nghiệm

Insanity Sự điên khùng, mất trí

Insanity defense Lời bào chữa với lý do điên khùng

Insanity plea Không nhận tội nêu lý do điên khùng, mất trí

Insecure Mặc cảm Bất an trong lòng Không có an ninh

Insider trading Tội mua bán trái phiếu căn cứ trên thông tin bảo mật "tay trong"

Insolvent Không thể trả được nợ Vỡ nợ

Instigate, to Xúi bẩy Xúi giục

Instigator Kẻ chủ mưu Kẻ xúi giục

Institution Định chế

Instructions Chỉ thị của quan tòa cho bồi thẩm đoàn

Instrument Chứng từ Công cụ Văn bản
> ***Legal instrument*** *Văn bản pháp lý*
> ***Written instrument*** *Chứng từ viết tay*

Intake interview Phỏng vấn để tiếp nhận vào chương trình

Intrude, to Can thiệp Xâm nhập Xiá vào chuyện người khác

Intruder Kẻ xâm nhập

Intrusive Có tính cách xâm
phạm

Insubordinate Bất tuân thượng
lệnh

Insulting Có tính cách lăng mạ

Insurance fraud Tội gian lận
về bảo hiểm

Intake interview Thủ tục nhập
trại thiếu nhi phạm pháp
Thủ tục thẩm định sơ khởi

Integrity Sự liêm chính Sự toàn
vẹn

Intelligence Tình báo Thu thập
tin tức

Criminal intelligence
Police intelligence Sự điều
tra thu thập tin tức hình sự

Intent Có ý định

Beyond intent Ngoài ý
muốn Ngoài ý định

Criminal intent Có ý
định phạm pháp

General intent Ý định
chung Ý đồ chung

Implied intent Ý đồ mặc
nhiên

Malicious intent Evil
Intent Ác tâm Có ác ý

Specific intent Ý định
cụ thể

Ulterior intent Động lực

With intent Với ý định
Với ý đồ

Intent to kill Có ý định giết
người

Intentional manslaughter
(Chữ khác: Voluntary
manslaughter) Cố sát

Intercept, to *(Chữ khác: To*
thwart) Chận bắt Ngăn chận

Interdiction Lệnh cấm chỉ

Interference with an witness
Dụ dỗ, ép buộc nhân chứng
phải khai man trước toà

Interlocutor Quyết định sơ bộ
của toà

Interlocutory Có tính cách sơ
bộ, tạm thời

Interracial marriage Hôn nhân
tạp chủng

Interim Lâm thời Tạm thời

Interim order Lệnh tạm thời

Interlocutory judgment Án
trung phán

Internal evidence Bằng chứng
nội tại

Internal head injury Bị nội
thương ở đầu

Interrogation Sự chất vấn Sự
lấy khẩu cung Sự tra vấn

Interrogatories Bản câu hỏi lấy
khẩu cung

Interstate case Vụ giải quyết
vấn đề cấp dưỡng khi cha và
mẹ ở khác tiểu bang

Interstate extradition Việc dẫn
độ kẻ tại đào xuyên bang

Intimidation Sự dọa dẫm Sự
dọa nạt Sự hăm doạ Sự uy
hiếp

Witness intimidation: *Hăm doạ nhân chứng Uy hiếp nhân chứng*

Intolerance Cố chấp

Intoximeter *(Chữ khác: Breathalyzer Intoxilyzer)* Máy đo nồng độ rượu trong hơi thở

Intoxication Sự say sưa vì rượu hay hít phải hơi độc

Involuntary intoxication *Không biết hậu quả hay phản ứng của thuốc*

Voluntary intoxication *Vì say sưa nên không suy nghĩ phải trái khi phạm pháp*

Intra-family cases Các vụ bạo hành và loạn luân trong gia đình

Intra-state *(Chữ khác: Within the state)* Trong tiểu bang

Intrinsic evidence Bằng chứng xác thực Chứng cứ nội tại

Intrude, to Xâm phạm Vi phạm Xiá vào

Intruder Kẻ xâm nhập Kẻ xâm phạm

In unison Đồng tâm nhất trí

Invalidate, to Làm mất hiệu lực Vô hiệu hoá

Invasion Sự xông vào nhà ai

Home invasion *Xông vào nhà để khảo của*

Invasion of privacy Xâm phạm vào đời tư

Inventory search Thủ tục khám xét toàn diện kẻ bị bắt giữ (tất cả giấy tờ hay vật dụng cá nhân trên người phải được tháo bỏ) trước khi bị tống giam

Investigation Sự điều tra

Pre-sentence Investigation *Điều tra lý lịch bị can để trình toà trước khi tuyên án*

Pre-trial investigation *Điều tra lý lịch bị can trước khi xét xử*

Investigative grand jury Đại bồi thẩm đoàn điều tra

Investigatory stop *(Chữ khác: Terry stop)* Cảnh sát chận lại và khám xét kẻ tình nghi (không cần lệnh toà)

Invidious Dễ gây ác cảm

Invidious discrimination Sự kỳ thị bất công

In vitro fertilization Thụ thai bằng ống nghiệm

Involved in Can dự vào Dính líu vào Liên can

Involuntary confession Lời thú tội miễn cưỡng

Involuntary manslaughter *(Chữ khác: Negligent manslaughter)* Giết người không chủ tâm Tôi ngộ sát

Ire *(Chữ khác: Angry)* Phẫn nộ

Irrebuttable presumption Sự suy đoán không thể bác bỏ được (thí dụ: trẻ em nhỏ tuổi không thể nào phạm trọng tội được)

Irreconcilable differences Những sự bất đồng không thể hoà giải được (lý do ly dị)

Irrelevant Không ăn nhập gì với vụ án Không liên quan

Irrelevant question Câu hỏi không ăn nhập gì đến vụ án

Irreparable Không thể hàn gắn được Không thể phục hồi được

Irretrievable breakdown of the marriage Cuộc hôn nhân bị đổ vỡ không thể phục hồi được

Irrespective *(Chữ khác: Regardless)* Bất luận

Irrisistible impulse Bốc đồng phạm tội

Issue Nội dung đưa ra trong buổi thụ lý Vấn đề đưa ra tranh cãi

Issue a warrant, to Ban hành lệnh truy nã

Issue of fact Vấn đề sự kiện thực tại để bồi thẩm đoàn quyết định

Issue of law Vấn đề luật pháp do tòa quyết định

J j

Jail Nhà tù khu vực Nhà tù quận hạt. Nhà tù nhỏ

Jailhouse Lao xá Nhà giam

Jailhouse lawyer Tù nhân đóng vai luật sư "cố vấn cho các bạn tù"

Jail bird Kẻ ra tù vào khám nhiều lần

Jailer Lính gác tù

Jailbreak Vụ vượt ngục

Jail mate Bạn tù

Jail shakedown Thanh tra lục soát trại giam Khám xét phòng giam (để tìm dụng cụ phi pháp hoặc đồ quốc cấm)

Jaywalking Vi phạm luật đi đường (băng qua đường nơi không có đèn lưu thông, hoặc lối đi dành cho người bộ hành)

Jeopardy Tình trạng nguy cơ có thể đưa tới bị kết án trong vụ xét xử

Jilted Bị bỏ rơi Bị tình phụ

Jitterbug Tù nhân "nhãi con" Tù nhân trẻ

John Kẻ đi chơi điếm

Join, to Cấu kết Đồng thuận Phụ hoạ với

Joinder of offenses Kết hợp nhiều tội phạm trong cùng một cáo trạng

Joint and several liability Liên đới chịu trách nhiệm

Joint legal custody (Chữ khác: Shared custody) Quyền giám hộ và nuôi giữ con đồng đều

Joint defendant (Chữ khác: Co-defendant) Đồng bị cáo trong một vụ án

Joint indictment Bản cáo trạng có hai bị cáo trở lên trong cùng một tội phạm

Joint plaintiff Đồng nguyên đơn

Joint tenancy Đồng sở hữu

Joint trial Xử chung các can phạm

Joyriding Ăn cắp xe lái chơi rồi bỏ lại

Judge Thẩm phán "Quan tòa"
Administrative law judge Thẩm phán hành chánh
Associate judge Thẩm phán cộng sự Thẩm phán đồng quản

Chief judge Chánh thẩm
Circuit judge Thẩm phán tòa phúc thẩm liên bang
City judge Thẩm phán toà thị xã
County judge Thẩm phán quận hạt
District court judge Thẩm phán toà án khu vực (liên bang hay quận hạt thuộc tiểu bang)
Magistrate judge Phó thẩm Phụ thẩm
Presiding judge Chánh thẩm
Visiting judge
Temporary judge Thẩm phán lâm thời

Judge pro-tem *(Chữ khác: Judge Pro Tempore Temporary judge Visiting judge)* Thẩm phán lâm thời

Judge-made law *(Chữ khác: Judicial legislation)* Luật về tiền lệ dựa trên phán quyết của toà

Judgment Bản án Phán quyết
Enforceable judgment Án văn chấp hành
Final judgment Án chung thẩm

Judgment by default Án khuyết tịch Phán quyết bất lợi cho bên vắng mặt (cho đương đơn hoặc bị đơn)

Judgment for the defendant Phán quyết có lợi cho bị can

Judgment for the plaintiff Phán quyết cho nguyên đơn

Judgment lien Quyền cầm giữ đồ thế chấp theo phán quyết của toà

Judgment of divorce *(Chữ khác: Divorce decree Decree of dissolution)* Phán quyết ly dị

Judgment upon a point of law Án phụ đới

Judicial bias Thành kiến của thẩm phán

Judicial council Hội đồng tư pháp

Judicial discretion Tuỳ nghi vào sự suy xét, quyết định của thẩm phán

Judicial error Sai lầm trong việc xét xử

Judicial inquiry Việc điều tra của tòa án

Judicial misconduct Hành vi bất xứng của thẩm phán

Judicial powers Quyền lực của tòa

Judicial precedent Án lệ Tiền lệ xét xử

Judicial process Thủ tục pháp lý

Judicial relief Sự giúp đỡ về tư pháp

Judicial restraint Tự chế tư pháp Không can thiệp vào

thẩm quyền của hành chánh
hay lập pháp
Judicial review Phúc thẩm
Việc tái thẩm của tòa án
Judiciary Thẩm quyền tư pháp
Ngành tư pháp
Judiciary committee Uỷ Ban
Tư Pháp (Quốc Hội Mỹ)
Jump bail, to Bỏ trốn không ra
trình diện sau khi đóng tiền
thế chân
Jurisdiction Thẩm quyền xét
xử Phạm vi quyền hạn Phạm
vi trách nhiệm Quyền quản
hạt Quyền tài phán
Ancillary jurisdiction
Thẩm quyền xét xử của
toà liên bang
Pendent jurisdiction
Thẩm quyền xét xử của
toà liên bang (trước
cùng vụ việc xảy ra tại
tiểu bang)
To come within the
jurisdiction (To fall
within the jurisdiction)
Thuộc thẩm quyền xét
xử
Out of jurisdiction
Ngoài khu vực thẩm
quyền
Jurisdiction clause Điều khoản
xác định thẩm quyền
Jurisprudence Luật khoa
Jurist Luật gia
Juror Hội thẩm viên Viên bồi
thẩm

Juror's bias Thành kiến của hội
thẩm
Alternate juror Hội
thẩm dự khuyết
Biased juror Hội thẩm
có thành kiến
Fixed juror Hội thẩm bị
mua chuộc
Impartial juror Hội
thẩm vô tư
Prejudicial juror Hội
thẩm có định kiến
Prospective juror Hội
thẩm dự tuyển
Juror misconduct Hành vi bất
xứng của hội thẩm
Jury Bồi thẩm đoàn Hội thẩm
đoàn Phụ thẩm đoàn
Deadlocked jury Hội
thẩm bị bế tắc
Fair and impartial jury
Hội thẩm công bằng và
vô tư
Hung jury Hội thẩm
không nhất trí
Petit jury Hội thẩm
đoàn 6 người
Sequestered jury Hội
thẩm đoàn bị biệt lập
Hội thẩm đoàn sống
cách ly cho tới khi xét
xử xong
Jury box Chỗ ngồi của hội
thẩm đoàn
Jury challenge Sự bãi miễn hội
thẩm

Jury deliberation Hội thẩm đoàn đang nghị án

Jury foreman *(Chữ khác: Jury foreperson)* Trưởng hội thẩm đoàn Thủ lãnh hội thẩm đoàn

Jury instruction Chỉ thị của toà cho hội thẩm đoàn

Jury panel Ứng viên hội thẩm đoàn

Jury poll Thẩm vấn từng cá nhân hội thẩm sau khi tuyên bố kết qủa nghị án

Jury pool Danh sách hội thẩm

Jury selection Sự chọn lựa hội thẩm đoàn

Jury sentencing Tuyên án bởi hội thẩm đoàn (trường hợp án tử hình hoặc chung thân)

Jury tampering *(Chữ khác: Jury embracery)* Mua chuộc hội thẩm

Jury trial Phiên xử bởi hội thẩm đoàn

Justice Thẩm phán Tối Cao Pháp Viện

 Associate justice *Thẩm phán cộng sự Thẩm phán đồng nhiệmToà Phúc Thẩm*

 Chief Justice *Chánh nhất Tối Cao Pháp Viện Chánh Thẩm Tối Cao Pháp Viện*

Justifiable Có thể biện minh được

Justification Sự biện minh Căn bản cho sự xác nhận nền tảng

Justifiable homicide Giết người trong trường hợp tự vệ

Justified Chấp nhận được vì có nền tảng Chính đáng, hợp lý sau khi được biện minh

Juvenile Trẻ dưới tuổi Trẻ vị thành niên

Juvenile bind-over Thiếu nhi phạm pháp được chuyển sang tòa người lớn để xét xử

Juvenile court Tòa án thiếu nhi

Juvenile delinquency Nạn thiếu nhi phạm pháp

Juvenile delinquent *(Chữ khác: Juvenile offender Deliquent minor)* Thiếu nhi phạm pháp

Juvenile detention center Trại cải huấn thiếu nhi

Juvenile facility *(Chữ khác: juvenile correctional facility)* Cơ sở cải huấn hoặc điều trị thiếu nhi phạm pháp

Juvenile hall Toà án thiếu nhi

Juvenile offender Thiếu nhi phạm pháp

Juvenile rehabilitation administration Trung tâm cải huấn thiếu nhi

K k

"Kangaroo court" Tòa án bất hợp pháp do các tay anh chị lập ra để xét xử đảng viên

Keep someone under control, to Khống chế Kiềm chế

Keistering Mang lậu đồ cấm vào tù

Ketamine hydrochloride Một loại thuốc mê pha vào nước cho nạn nhân uống trước khi hiếp dâm (trong vụ date rape)

Kickbacks Tiền đền ơn Đáp lễ

Kiddy porn Phim ảnh khiêu dâm con nít

Kidnap, to Bắt cóc

Kidnapping Tội bắt cóc

Kidnapping for ransom Bắt cóc đòi tiền chuộc

> *Aggravated kidnapping Bắt cóc trong trường hợp gia trọng*
>
> *Child kidnapping (Chữ khác: Child stealing Baby snatching) Bắt cóc con nít*
>
> *Parental kidnapping Cha hoặc mẹ bắt cóc con*

Killing Sự giết chóc Sự tàn sát

> *Brutal killing Giết người hết sức dã man, tàn bạo*
>
> *Coldblooded killing Giết người thô bạo Giết người không gớm tay*
>
> *Contract killing Giết mướn Giết người theo hợp đồng*
>
> *Execution style killing Giết người theo kiểu hành quyết*
>
> *Mass killing Giết người tập thể Tàn sát*
>
> *Mercy killing Ân sát Giết người ban ân huệ*
>
> *Random killing Giết người bừa bãi*
>
> *Sadistic killing Giết người bằng những trò tàn ác, ma quỷ*
>
> *Serial killing Giết người hàng loạt Giết người liên tiếp*

Kin Bà con thân thuộc

> *Blood kin Họ máu Ruột thịt*

Next of kin *Người nhà Bà con trực hệ Dòng họ Bà con thân thuộc*

Kingpin "Chúa Trùm" "Tay đầu nậu" trong tổ chức buôn lậu ma tuý

Kinship *(Chữ khác: Blood relationship)* Quan hệ ruột thịt

Kick the habit, to Bỏ thói quen xấu Cai nghiện

Kite Giấy báo cáo ngầm về hành vi bất chính của lính gác tù

Kiting *(Chữ khác: Check kiting)* Việc viết chi phiếu không tiền bảo chứng

K9 harming *(Chữ khác: Harming police dog)* Tội gây thương tổn cho quân khuyển của cảnh sát

Knock and announce rule Qui tắc cảnh sát phải theo trước khi ập vào nhà kẻ tình nghi

Knowledge Kiến thức Sự hiểu biết

Knowledgeable Thông thạo

Knowingly Biết rõ Có ý thức Cố ý Chủ tâm Ý thức được hậu quả nhưng vẫn hành động theo ý mình

Knowingly and wilfully Biết rõ và rắp tâm Có chủ ý và chú tâm

L l

Lack of consent Không có sự ưng thuận (tội phạm về tình dục)

Lack of foundation Thiếu căn bản Thiếu cơ sở Thiếu nền móng Thiếu nền tảng

Landmark case *(Chữ khác: Landmark decision)* Vụ án tiêu biểu Phán quyết tiêu biểu của Tối Cao Pháp Viện

Language Lời nói Ngôn ngữ

Abusive language Lời nói tục tằn, xúc phạm

Offensive language Lời nói có tính cách xúc phạm Lăng mạ

Target language Ngôn ngữ được chuyển dịch

Lapping Mánh lới hay thủ đoạn biển thủ bằng cách tráo đổi các chương mục của khách hàng

Lapse Sự mất hiệu lực vì không thi hành Sự sa ngã Sự thất bại

Larcenist Kẻ biển thủ hay ăn cắp tài sản tiền bạc

Larceny "Đạo thiết" Tội ăn cắp

Larceny by fraud and deception *(Chữ khác: Larceny by trick and deception)* Ăn cắp bằng cách lường gạt

Aggravated larceny Tội ăn cắp với trường hợp gia trọng

Grand larceny Ăn cắp với trị giá trên $250

Mixed larceny Ăn cắp nhiều món khác nhau

Petit larceny (Petty larceny Minor larceny) Ăn cắp vặt

Lascivious Dâm đãng Lẳng lơ Đĩ thõa

Lascivious cohabitation Tội thông dâm (của hai kẻ ngoại tình)

Latchkey children Trẻ em ở nhà một mình không có người lớn trông coi

Latent Tiềm ẩn Tiềm tàng Ngấm ngầm

Latent print Dấu tay tìm thấy ở phạm trường

Laundering *(Chữ khác: Money laundering)* Tội chuyển

ngân bất hợp pháp Tội "rửa
tiền"

Law Luật pháp

Law and order Luật pháp và
trật tự công cộng

Law clerk Viên phụ tá pháp lý
cho thẩm phán

Law enforcement agency Cơ
quan công lực

Law enforcement officer Nhân
viên công lực

Law of equity Luật về sự công
bằng Luật về sự sòng phẳng

Law of evidence Luật về bằng
chứng

**Law of precedent (Chữ khác:
Stare decisis)** Án lệ

Law of the land Luật của đất
nước

　　*Admiralty law Maritime
　　law Luật về hàng hải*

　　*Binding law Luật ràng
　　buộc*

　　*Business law Luật kinh
　　doanh*

　　*Canon law Church law
　　Luật giáo hội*

　　Case law Luật về án lệ

　　*Civil law Dân luật Dân
　　sự tố tụng*

　　*Codified law Luật điển
　　chế*

　　*Commercial law Trade
　　law Luật thương mại*

　　*Common law Thông
　　luật*

*Contrary to law Trái
luật*

*Corporate law Luật về
công ty*

*Criminal law Luật hình
sự*

*Ex post facto law
Retroactive law Luật có
giá trị hồi tố*

*Extradition law Luật
dẫn độ*

*Family law Luật gia
đình*

*Homestead law Luật
cấm tịch biên nhà ở để
trừ nợ Luật cấm xiết nợ
qua việc tịch biên nhà
cửa*

*Inheritance law Luật
thừa kế*

*Judge-made law Luật
về tiền lệ do phán quyết
của tòa*

*Natural law Luật tự
nhiên*

*Substantive law Luật
thực tại*

*Temporal law Luật
ngoài đời Luật thế tục
(trái với luật đạo)*

*To be in trouble with
the law Bị lôi thôi với
pháp luật*

*To get into trouble with
the law Bị lôi thôi với
pháp luật Bị rắc rối với
pháp luật*

Unwritten law Luật bất thành văn

Within the law Trong khuôn khổ luật định

Law abiding Thượng tôn pháp luật

Law abiding citizen Người dân tuân thủ luật pháp

Law breaker Kẻ phạm pháp Kẻ vi phạm luật pháp

Law clerks Sinh viên luật tập sự Thư ký luật của thẩm phán

Law compliance Sự tuân theo pháp luật

Law enforcement agency Cơ quan công lực

Law enforcement officer Nhân viên công lực

Lawmaker Nhà lập pháp

Lawful Đúng theo luật pháp Phù hợp với pháp luật

Lawful age *(Chữ khác:*
Age of capacity
Age of majority) Tuổi có trí khôn (trên 18 tuổi)

Lawful arrest Bắt giữ đúng luật lệ

Lawful resistance Sự kháng cự hợp pháp

Lawlessness Tình trạng vô pháp luật

Lawsuit Vụ kiện cáo Vụ tố tụng

Lawyer *(Chữ khác: Attorney,*
Counsel, Advocate) Luật sư

Criminal lawyer Luật sư hình sự

Jailhouse lawyer Tù nhân đóng vai luật sư

Practicing lawyer Luật sư đang hành nghề

Trial lawyer Luật sư bào chữa

Lay a foundation, to Thiết lập lý do căn bản cho câu hỏi đối với nhân chứng

Layman *(Chữ khác: Lay*
person) Người thường, không phải chuyên gia

Lay opinion Ý kiến của nhân chứng thường (không phải chuyên gia)

Lay opinion testimony Lời chứng của người thường (không phải chuyên gia)

Lay witness Nhân chứng thường (không có sự hiểu biết chuyên môn)

Leading Gợi ý Mớm ý

Leading case Vụ án tiêu biểu (Thí dụ: *Brown vs Board of Education*)

Leading precedent Án lệ Tiền lệ chỉ đạo

Leading question Câu hỏi gợi ý

Lease Khế ước thuê mướn dài hạn

Legacy Di sản Tặng dữ

Legal Được luật pháp cho phép Hợp pháp Theo luật định

Legal aid Bảo trợ pháp lý Dịch vụ pháp lý giúp người có lợi thức thấp

Legal advisor Cố vấn pháp luật

Legal age *(Chữ khác: Age of majority)* Tuổi thành niên

Legal capacity Năng lực pháp lý

Legal citation Trích dẫn điều luật Viện dẫn văn bản pháp lý

Legal clinic Buổi hướng dẫn pháp luật

Legal custody Được quyền giám hộ

Legal doctrine Chủ thuyết pháp lý dựa trên các phán quyết của toà

Legal entity Tính cách pháp nhân Thực thể có tính cách pháp nhân

Corporate entity: Pháp nhân

Natural person: Thể nhân

Legal framework Cơ cấu pháp lý

Legal guardian Người giám hộ pháp định

Legal obligation Cam kết pháp lý

Legalese Danh từ chuyên môn dùng trong tư liệu pháp luật Đặc ngữ pháp luật

Legal instrument Văn bản pháp lý

Legal notice Thông báo theo luật định

Legal proceeding Thủ tục tố tụng

Legal question Câu hỏi pháp lý

Legal remedy Các phương tiện bảo vệ (để phòng và ngăn ngừa) của luật pháp

Legal representation Quyền có đại diện về pháp lý

Legal safeguard Sự bảo vệ của pháp luật

Legalization Việc hợp thức hoá bằng luật lệ

Legalized Có hiệu lực pháp lý Được hợp pháp hoá

Legally qualified Có đủ tư cách pháp lý

Legislate, to Làm luật

Legislation Pháp chế Sự làm luật

Legislature Cơ quan lập pháp

Legitimacy Sự hợp pháp theo hôn thú

Legitimate Chính đáng Hợp pháp

Legitimate child Đứa con hợp pháp Con chính thức

Leg irons *(Chữ khác: Shackles)* Xích cùm chân

Leniency Sự độ lương Sự bao dung Sự khoan hồng Sự "nhẹ tay"

Lesser included offense Tội phạm cùng loại cấp nhẹ hơn

Lesser included offense doctrine Nguyên tắc về tội phạm ở cấp nhẹ hơn cùng loại

Less than lethal force Dùng vũ lực khó có thể gây ra sự chết chóc

Let the record reflect Hãy ghi vào biên bản Xin ghi vào biên bản

Let the record stand Xin ghi y như hồ sơ Xin giữ nguyên đừng thay đổi biên bản

Lethal chamber Phòng hành quyết

Lethal force Võ lực chết người

Lethal injection Cách hành quyết bằng chích thuốc độc

Lethal weapons Vũ khí giết người

Letter of the law Thi hành đúng theo tinh thần pháp luật

Lewd act with child Hành động dâm đãng với trẻ em

Lewd and lascivious conduct Hành vi dâm ô

Lewdness Sự dâm dục Sự dâm đãng

Liability Trách nhiệm
  Accomplice liability Trách nhiệm tòng phạm
  Criminal liability Trách nhiệm hình sự

Libel Lời phỉ báng bằng văn phẩm in ấn Phỉ báng trên sách báo Tội vu cáo trên báo chí

Libelous Có tính cách phỉ báng mạ lỵ

Libido Dục tính Sức sống đầy sinh lực Sự ham muốn

License hold Bằng lái xe không được gia hạn vì còn nợ tiền toà

Licentious Trụy lạc

Licentious behavior Hủ hoá

Lie detector Máy dò tìm nói dối Máy phát hiện lời nói dối

Lien Quyền cầm giữ đồ thế chấp
  Judgment lien: Quyền cầm giữ đồ thế chấp theo phán quyết của toà

Lifer (Chữ khác: Nonremovable inmate) Tù nhân chung thân Tù nhân không được xét xử theo hạn định (thí dụ: trường hợp những người bị Sở Di Trú giam giữ)

Life imprisonment Tù chung thân "Nằm tù mãn đời"

Life on the lam Cuộc sống chạy trốn khỏi luật pháp

Life sentence Án chung thân

Life without possibility of parole Án chung thân

Limitation Thời hiệu

Limited action Vụ kiện với số tiền bồi thường hữu hạn

Limited divorce (Chữ khác: Separation) Ly thân

Limited jurisdiction Cấp tòa án có thẩm quyền hữu hạn (thí dụ: tòa án lưu thông)

Line-up Các nghi can đứng dàn hàng để qua thủ tục nhận diện Xếp hàng các nghi can để nhân chứng nhận diện (tại quận cảnh sát)

Liquor law offense Tội chế tạo rượu giả hoặc buôn lậu rượu

Litigant Tụng nhân

Litigation Việc kiện tụng Tranh tụng (dân sự tố tụng)

Littering Tội xả rác ngoài công lộ

Living separate and apart Sống ly thân và cách biệt (lý do nêu ra để li dị)

Loan sharking Tội cho mượn tiền với tiền lời "cắt cổ"

Loan shark Kẻ cho mượn tiền

Lockdown Tình trạng phong toả nhà tù tạm thời và khẩn cấp vì có nội loạn hoặc vượt ngục Thủ tục "nội bất xuất ngoại bất nhập"

Lockup *(Chữ khác: Holding cell)* Khu tạm giam

Lodge an appeal, to Làm đơn xin kháng cáo

Loitering Tội lảng vảng vào khu cấm Tội lai vãng

Lollipop syndrome Hội chứng dụ dỗ con cái (mua chuộc con "về phe mình" trong vụ li dị)

Long gun Loại súng có nòng dài (thí dụ: súng săn, súng trường)

Lookout Tên đứng canh chừng cảnh sát

Looting Tội hôi của Tội cướp bóc

Low end term Bản án nhẹ

Lunacy *(Chữ khác: Insanity)* Sự điên khùng

Lunge at someone, to Lao tới, nhào vô để tấn công ai

Lure, to Dụ dỗ Mồi chài

Luring Tội dụ dỗ trẻ con

Lying in wait Phục kích Rình mò

Lynching mob Bọn người treo cổ nạn nhân vì kỳ thị

M m

Mace Một loại thuốc xịt dùng để làm tê liệt phản ứng của nghi can

MADD Mothers Against Drunk Driving Tổ chức các bà mẹ chống say rượu lái xe

Magistrate *(Chữ khác: Judicial Officer)* Phó thẩm Phụ thẩm
US Magistrate Judge: Phó thẩm phán, phụ thẩm Liên Bang

Magistrate court Tòa thụ lý các vụ vi cảnh

Mail fraud Tội gian lận bằng thư tín

Maiming Gây thương tích tới độ tàn phế Tội gây thương tật

Maimed Bị gây thương tật

Maimer Kẻ gây thương tật

Maintenance *(Chữ khác: Spousal support Alimony)* Tiền cấp dưỡng cho người phối ngẫu

Majority opinion Ý kiến đa số

Make amends, to Bù đắp

Make an assertion, to Khẳng định Quả quyết

Makeshift Biện pháp cấp thời

Male prostitute Nam nhân hành nghề bán dâm

Malefactor Kẻ bất lương

Malfeasance Hành vi bất hợp pháp Hành vi sai trái

Malfeasor *(Chữ khác: Misfeasor)* Giới chức phạm pháp

Malice *(Chữ khác: Evil intent)* Ác tâm Ác ý

Malice aforethought
Premeditated malice
Preconceived malice
Tiền ý ác tâmTiền ý phạm pháp Âm mưu độc ác đã toan tính trước
Actual malice Express malice Malice in fact Ác ý biểu lộ, có thể hiện rõ ràng
Implied malice
Constructive malice
Real malice Malice in law Ác ý ngầm

Malicious Có ác ý Có chủ ý hại ai

Malicious arrest Bắt người trái phép vì có ác ý

Malicious damage (*Chữ khác: Malicious mischief and trespass Malicious trespass Wanton mischief*) Gây thiệt hại vô cớ

Malicious injury Gây thương tích với ác ý

Malicious intent (*Chữ khác: Evil intent*) Có ác ý

Malicious mischief Hành vi phá hoại tài sản của người khác với ác ý Trò tinh nghịch có ác ý

Malicious prosecution Sự truy tố ác ý Sự truy tố vô cớ

Malicious trespass (*Chữ khác: Malicious damage*) Gây thiệt hại vô cớ

Malpractice Bất cẩn nghề nghiệp Lỗi lầm nghề nghiệp Sơ xuất nghề nghiệp

Maltreatment Sự ngược đãi

Mandate Lệnh đòi

Mandatory Có tính cách bắt buộc

Mandatory arbitration Phán quyết của phiên toà trọng tài có hiệu lực buộc các tụng phương phải thi hành

Mandatory commitment Bị can bị áp giải vào dưỡng trí viện vì lý do điên khùng

Mandatory penalty Hình phạt bắt buộc theo luật định

Mandatory presumption Sự suy đoán không thể bác bỏ được

Mandatory rule Qui tắc bắt buộc

Mandatory sentence Bản án bắt buộc theo luật định

Manhunt Cuộc truy nã

Maniac Kẻ điên khùng, quá khích

Maneuver Dùng mưu mẹo Dùng thủ đoạn Lèo lái Sự diễn tập Sự thao diễn Vận động

Manifest Hiển nhiên

Manifest error Lỗi lầm hiển nhiên, rõ ràng

Manipulate, to Khuynh đảo Thao túng

Manipulation Sự khuynh đảo Sự thao túng

Manslaughter Tội ngộ sát Sát nhân không dự mưu

   Involuntary manslaughter

   Negligent manslaughter Giết người không chủ tâm Ngộ sát Tội vô tình làm chết người

   Voluntary manslaughter

   Intentional manslaughter Tội cố sát không dự mưu

Maraud, to (*Chữ khác: To loot*) Hôi của

Marauding Sự hôi của

Marital communications privilege (*Chữ khác: Husband and wife privilege*

97

Spousal privilege) Đặc quyền về hôn phối Quyền đặc miễn giao tiếp giữa vợ chồng

Marriage of convenience Hôn nhân vì lợi lộc

Marital rape Tội hiếp dâm người phối ngẫu

Marital settlement agreement Hợp đồng giải quyết hôn phối ngoài toà

Mariticide Tội giết chồng

Marked car Xe hơi có phù hiệu cảnh sát

Marked money *(Chữ khác: Buy money)* Tiền đã ghi số trước (xử dụng trong chiến dịch của cảnh sát nhằm bắt giữ kẻ buôn bán ma tuý hoặc kẻ bán dâm)

Market manipulation Sự khuynh đảo về thị trường chứng khoán

Marshal Lính gác tòa
US Marshal Lính gác tù liên bang Cảnh sát an ninh tại tòa án liên bang

Masquerade Trò giả nhân giả nghĩã

Massacre Cuộc thảm sát

Mass killing Tàn sát tập thể

Mass murder Giết người tập thể

Master *(Chữ khác: Special Master)* Luật sư được tòa bổ nhiệm cho mục đích đặc biệt

(để phối trí việc tranh chấp giữa hai bên)

Mastermind Có kế hoạch thần sầu

Material evidence Bằng chứng quan trọng

Material witness Nhân chứng quan trọng Nhân chứng chủ yếu

Matricide Tội giết mẹ mình

Matter of fact *(Chữ khác: Question of fact)* Vấn đề sự kiện

Matter of law *(Chữ khác: Question of law)* Vấn đề pháp lý

Maturity Đáo hạn

Maximum penalty Hình phạt tối đa theo luật định

Maximum sentence Bản án tối đa theo luật định

Mayhem Tội cố ý gây thương tích nặng cho nạn nhân Vụ đập phá gây xáo trộn nơi công cộng

Measure Biện pháp
Drastic measure Biện pháp quyết liệt
Makeshift Biện pháp cấp thời
Precautionary measure Biện pháp đề phòng
Preventive measure Biện pháp ngăn ngừa

Medical assessment Giám định y khoa

Medical examiner *(Chữ khác: Examiner Coroner)* Y sĩ giảo nghiệm tử thi

Medicaid fraud Gian lận trong việc xin trợ cấp y tế

Mediation: Trọng tài hoà giải
Mediation (non-binding) Trọng tài hòa giải (không phải tuân thủ kết quả thỏa hiệp)
Arbitration (binding) Trọng tài hoà giải (Phải thi hành phán quyết của vị trọng tài)

Mediator Viên chức đóng vai trọng tài

Medical examiner *(Chữ khác: Coroner)* Bác sĩ giảo nghiệm tử thi

Megan's law Luật buộc nhà chức trách địa phương thông báo cho khu xóm biết kẻ bị kết tội về tình dục mới được thả ra và sinh sống tại khu vực

Memorandum opinion Ý kiến phán quyết

Menace, to Hăm dọa

Menacing Tội đe dọa toan tính hành hung

Mental anguish *(Chữ khác: Mental distress)* Sự đau khổ về tinh thần

Mental breakdown Sự suy sụp về tinh thần

Mental disorder Loạn chứng tinh thần

Mental health Sức khoẻ tâm thần

Mental health court Tòa xét định việc chữa trị cho phạm nhân bị bệnh tâm thần

Mental incapacity Mất năng lực về trí tuệ

Mentally incompetent Không đủ năng lực để chịu trách nhiệm

Mentally retarded Chậm trí

Mentoring program Chương trình giúp trẻ em đang sống trong tình trạng buông thả

Miranda warning Lời cảnh giác về quyền của người bị bắt theo án lệ Miranda

Mercy Sự thương xót
Plea of mercy: Xin quan toà ân giảm hình phạt

Mercy killing Ân sát

Merger of offenses Nhập chung cấp độ tội phạm (mức độ nghiêm trọng với mức độ bớt nghiêm trọng hơn)

Merit Thực chất

Merits of the case Nội dung sự việc Thực chất của sự việc
On the merits: Theo thực chất của vấn đề hay sự việc

Mickey Loại thuốc làm cho nạn nhân bị mê mẩn và bị hãm hại

Military allotment deduction Khấu trừ vào tiền lương quân nhân để trả tiền cấp dưỡng

Minimal participant (*Chữ khác: Minor participant*) Kẻ, hay thành phần dính líu rất nhỏ/không đáng kể trong âm mưu phạm pháp

Minimum penalty Hình phạt tối thiểu theo luật định

Minimum security prison Tù thả lỏng

Minimum sentence Bản án tối thiểu theo luật định

Minor Thiếu niên

> *Emancipated minor* Thiếu niên được thoát quyền kiểm soát của cha mẹ qua lệnh tòa Thiếu niên có thể tự lo cho bản thân Thiếu niên tự nuôi thân

> *Emancipation* Sự thoát quyền

Minority Tuổi vị thành niên

Minority opinion Ý kiến thiểu số

Minutes Biên bản

Miranda rule Qui tắc Miranda

Miranda rights (*Chữ khác: Miranda warning*) Quyền của nghi can theo án lệnh Miranda

Mirandize, to Cảnh sát đọc quyền của nghi can khi đương sự bị bắt (thủ tục dựa theo án lệnh Miranda)

Misappropriate, to Biển thủ Chiếm hữu trái phép Thâm thủng công quỹ

Miscarriage of justice Xét xử sai Thi hành công lý sai

Mischief Tội phá phách Trò tinh nghịch Tính ranh mãnh

Misconduct Hành vi bất xứng Hành vi bất hảo

Misconduct in office (*Chữ khác: Misbehavior in office*) Bất xứng Tham nhũng

> *Criminal misconduct* Hành vi bất xứng về hình sự

> *Judicial misconduct* Hành vi bất xứng của thẩm phán

> *Juror misconduct* Hành vi bất xứng của bồi thẩm

> *Official misconduct* Giới chức có hành vi bất xứng hay tham nhũng

> *Parental misconduct* Hành vi bất xứng của cha mẹ

> *Police misconduct* Hành vi bất xứng của cảnh sát

> *Professional misconduct* Hành vi bất xứng của giới chuyên môn

Miscontrue, to Giải đoán sai lầm Suy diễn sai lầm

Misdemeanor Khinh tội Tội tiểu hình

> *Gross misdemeanor:* Tội tiểu hình cấp nặng

Misfeasance in office Sự lạm quyền chức vụ

Misleading question Câu hỏi gây hiểm lầm

Misprision of crime Việc bao che Sự che giấu hành vi phạm tội của kẻ khác

Misprision of felony Che giấu hoặc không khai trình với nhà chức trách tội phạm đại hình của kẻ khác

Misrepresent, to Trình bày thiếu trung thực Trình bày sai lạc

Misrepresentation Sự trình bày sai lạc

Mistake of fact Lỗi lầm về sự kiện

Mistake of law Lỗi lầm về luật pháp

Mistaken identification Sự nhân diện sai lầm

Mistrial Một vụ xử bất thành (vì vi phạm qui tắc pháp lý, hoặc có hành vi bất xứng nghiêm trọng trong khi vụ xử đang tiến hành)

Misuse, to Xử dụng bừa bãi Xử dụng cho mục đ ích sai lầm

Misuse public funds Lạm dụng công quỹ Xử dụng công quỹ bất hợp pháp

Mitigating circumstances Trường hợp giảm khinh

Mitigating factors Các yếu tố cho việc giảm khinh

Mitigated sentence Bản án trong trường hợp giảm khinh

Mixed larceny Ăn cắp nhiều món khác nhau

Mob Đám đông hỗn loạn Đám đông có ý phá rối

Lynching mob Bọn giết người bằng cách treo cổ nạn nhân (thường là tội kỳ thị đối với người da mầu)

Rioting mob Đám đông bạo động Đám đông làm loạn

Mobile command post Trạm chỉ huy lưu động của cảnh sát

Modification of information Việc thay đổi tội danh trong bảng công tố trạng

Modus operandi MO *(Chữ khác: Method of operation)* Cách thức hoạt động Cách thức thi hành

Mole Kẻ nội tuyến Tên gián điệp

Molestation Tội sờ soạng Tội sờ mó Tội xâm phạm tiết hạnh

Child molestation Tội cưỡng dâm trẻ em dưới 14 tuổi

Monitoring Thủ tục kiểm soát, theo dõi hay kiểm thính của nhân viên công lực

Moonshine Tội sản xuất rượu lậu

Moot Không trở thành vấn đề
nữa Điểm không cần tranh
cãi

Moral necessity Sự cần thiết
hành động vì lý do luân lý

Moral obligation Cam kết tinh
thần

Moral turpitude offense Tội
phạm về luân thường đạo lý
Tội phạm về sự sa đoạ tinh
thần

Motion Kiến nghị Lời yêu cầu
(bằng văn bản hay lời nói)
Thỉnh nguyện

Motion denied Kiến nghị bị
bác bỏ

Motion for a directed verdict
Kiến nghị xin thẩm phán
hướng dẫn bình quyết

Motion for a change of venue
Kiến nghị xin chuyển tòa

Motion for a new trial Kiến
nghị xin xét xử lại

Motion for discovery Kiến
nghị xin cung cấp hồ sơ tội
phạm

Motion for diversion Kiến nghị
xin miễn tố có điều kiện
Kiến nghị xin hoán cải hình
phạt(Toà án thiếu nhi)

**Motion for exculpatory
evidence** Kiến nghị xin xuất
trình bằng chứng giải tội

**Motion for judgment of the
pleadings** Kiến nghị xin
phán quyết dựa theo các lời
khai mà không cần xét xử

**Motion for judgment NOV
(not withstanding the
verdict)** Kiến nghị xin phán
quyết khác với bình quyết
của bồi thẩm đoàn

Mition for modification Kiến
nghị xin điều chỉnh tình
trạng cấp dưỡng vì thay đổi
việc làm

Motion for reduction Kiến
nghị xin giảm tiền cấp
dưỡng

**Motion for revocation of
probation** Kiến nghị xin thu
hồi lệnh quản chế

**Motion for severance of
offenses** Kiến nghị xin tách
riêng các tội phạm

**Motion for severance of
defendants** Kiến nghị xin
tách rời các bị can để xét xử
riêng

Motion for withdrawal of plea
Kiến nghị xin rút lại lời
nhận tội

Motion granted Kiến nghị
được chấp thuận

Motion in arrest of judgment
Kiến nghị xin ngưng việc
đưa ra phán quyết hoặc tạm
ngưng thi hành phán quyết
(vì có sự sai lầm hoặc thiếu
sót)

Motion in limine *(Xem phần
chữ Latinh)* Kiến nghị
trước khi xét xử cấm luật sư
không được đề cập tới các

bằng chứng đã không được chấp nhận (để tránh làm phương hại cho bị can theo quyền được xét xử công bằng)

Motion of prejudice against judge Kiến nghị chống lại thẩm phán vì có thành kiến

Motion to admend the complaint Kiến nghị xin tu chính bản cáo trạng

Motion to appoint expert witness Kiến nghị xin chỉ định nhân chứng chuyên môn

Motion to continue Kiến nghị xin đình hoãn hoặc dời lại ngày xét xử

Motion to consolidate Kiến nghị xin nhập chung tội phạm

Motion to determine present sanity Kiến nghị xin xác nhận tình trạng tâm thần

Motion to dismiss Kiến nghị xin miễn tố, Kiến nghị xin bãi án

Motion to disqualify judge for cause Kiến nghị xin tuyên bố thẩm phán vô tư cách

Motion to exclude witness Kiến nghị xin mời nhân chứng ra khỏi phòng xử

Motion to name attorney Kiến nghị xin chỉ định luật sư

Motion to quash the warrant Kiến nghị xin thu hồi lệnh truy nã

Motion to reduce bail Kiến nghị xin giảm tiền thế chân

Motion to sever *(Chữ khác: Severance motion)* Kiến nghị xin xử riêng

Motion to suppress evidence Kiến nghị xin gạt bỏ bằng chứng

Motive *(Chữ khác: Ulterior intent)* Động lực thúc đẩy

Motor vehicle theft Tội ăn cắp xe có động cơ

Movant *(Chữ khác: Moving party)* Người đệ trình kiến nghị

Move, to *(Chữ khác: To bring forward a motion To propose a motion)* Đưa ra kiến nghị Trình kiến nghị lên toà

Moving party Người đệ trình kiến nghị

Mug book Sổ lưu giữ hình chụp các nghi can tại sở cảnh sát

Mug shot Hình chụp nghi can (tại quận cảnh sát)

Mugger Kẻ cướp

Mugging Bị cướp Bị trấn lột

Mug shot Hình chụp nghi can Hình chụp can phạm

Multi count indictment Bản cáo trạng ghi nhiều tội danh

Municipal court Toà thị xã

Municipal ordinance Bộ luật thành phố

Murder Tội cố sát có dự mưu Tội giết người

Felony murder Tội giết người cấp đại hình (xẩy ra khi nghi can vi phạm một trọng tội khác)

Mass murder Giết người tập thể

Serial murder Giết người liên tiếp

Wanton murder Giết người vô cớ

Willful murder Giết người cố ý (không có trường hợp giảm khinh)

Murder for hire Kẻ giết mướn

Murder rap Tội giết người

Murder spree Kẻ giết người hoành hành tại hai ba chỗ khác nhau

Murderer Hung phạm Hung thủ Kẻ sát nhân

Muster, to *(Chữ khác: To rally)* Qui tụ

Mutilation Sự gây thương tật bằng cách chặt tay chân hoặc xẻo thịt nạn nhân

Mutinous act Hành vi nổi loạn

N n

Nab, to Túm cổ (Bị bắt)

Name calling Chửi rủa Lăng
mạ

To call somebody names
Chửi bới ai Chửi rủa ai

Narc (Chữ khác: Narco) Cảnh
sát chìm trong toán bài trừ
ma tuý

Narcotics Ma tuý Thuốc gây
mê

Narrative Bản tường trình của
quản chế (liên bang) lên
thẩm phán về lý lịch, tội
phạm và đề nghị hình phạt
cho bị cáo

Narrative Dài dòng kể lể

Natural law Luật tự nhiên

Natural person Thể nhân

Needs assessment Giám định
về tình trạng bệnh hoạn
(tâm thần, nghiện ngập) của
phạm nhân và đề nghị điều
trị (hoặc "đi cai")

Necessity Sự cần thiết Sự bắt
buộc vì hoàn cảnh Nhu cầu
cấp bách

Necessity defense Bào chữa vì
lý do cần thiết Bào chữa vì
hoàn cảnh cấp bách

Moral necessity Sự cần
thiết phải hành động vì
lý do luân lý

Physical necessity Sự
cần thiết phải hành động
vì lý do thực chất

Necrophilia Tội có quan hệ về
tình dục với xác chết

Neglect, to Bỏ bê Cẩu thả
Chểnh mảng Lơ đễnh Lơ là
Sao lãng Thờ ơ

Neglect of a child Bỏ bê trách
nhiệm đối với con cái

Neglected child Đứa bé bị bỏ
bê, không được chăm sóc

Child neglect: Bỏ bê trách
nhiệm đối với con cái

Negligence Sự bất cẩn Sự cẩu
thả Sự chểnh mảng Sự lơ
đễnhTính cẩu thả Sự sơ xuất

Chargeable negligence
Culpable negligence Sự
cẩu thả, sự sơ xuất đáng
trách có thể bị truy tố

Comparative negligence
Cả hai bên cùng sơ xuất
như nhau

Contributory
negligence Bên nguyên

cáo cũng có lỗi gây thương tích

Criminal negligence *Sự cẩu thả theo cấp độ hình sự*

Gross negligence *Sự cẩu thả rõ ràng Sự cẩu thả cấp nặng*

Negligent escape Vượt ngục do sự chểnh mảng của lính gác tù

Negotiate, to *(Chữ khác: To arrange To come to terms with)* Điều đình Thương lượng

Negotiation Sự điều đình Sự thương lượng

Plea bargain negotiation *Việc thương lượng về hợp đồng nhận tội*

Net income Lợi tức ròng

Next friend Người giám hộ bán chính thức

Next-of-kin Bà con thân thuộc Thân nhân kế quyền

Nexus Mối liên hệ

Night court Toà án hoạt động ban đêm

Nightstick *(Chữ khác: Baton)* Dùi cui của cảnh sát

No contact order Án lệnh cấm tiếp xúc (hình sự) Lệnh cấm giao tiếp dưới bất cứ hình thức nào

No contest clause Điều khoản không tranh cãi

No contest *(Chữ khác: Nolo contendere)* Không tranh cãi

No fault divorce Ly dị không qui lỗi Ly dị không tranh cãi

No fault insurance Bảo hiểm bất phân lỗi phải Bảo hiểm không qui lỗi

No true bill Dự thảo cáo trạng bị đại bồi thẩm đoàn bác bỏ

Nominal sentence Án phạt trên danh nghĩa Án phạt rất nhẹ

Non-bailable offense Tội phạm không thể tại ngoại

Nonconsensual sexual relations Không có sự đồng thuận trong liên hệ tình dục

Nonconsent Không có sự ưng thuận

Non-committal Không cam kết

Non-compliance Không chấp hành Không tuân hành

Non-custodial parent Người cha (hoặc mẹ) không được quyền giữ con

Nonfeasance Không chấp hành công vụ

Non-jury trial *(Chữ khác: Bench trial Court trial Judge trial)* Xét xử bởi thẩm phán

Nonlethal force Võ lực làm tê liệt

Nonlethal weapon Vũ khí làm tê liệt (thay vì giết chết)

Non-prejudicial character Tư cách hay đặc tính không gây định kiến

Nonresidential parent *(Chữ khác: Noncustodial parent)* Người cha/mẹ không được quyền giám hộ và nuôi giữ con

Non responsive Không trả lời vào câu hỏi

Non-verbal testimony Lời chứng qua hình ảnh hay biểu đồ

Nonviolent offense Loại tội phạm không bạo động

Not guilty by reason of insanity Không nhận tội vì lý do mất trí

Not guilty plea Lời tuyên bố không nhận tội

Notary public Chưởng khế Công chứng viên

Notice Giấy báo Thông báo Yết thị

Notice of appeal Giấy báo kháng cáo

Notice of appearance Giấy báo có mặt tại toà

Notice in writing Thông báo bằng văn thư

Notice to produce Yêu cầu đối phương trưng bằng chứng

Notice of trial Thông báo về ngày giờ xét xử
Legal notice: Thông báo theo luật định

Notification Sự tống đạt Tống đạt văn thư

Notorious (*Chữ khác: Infamous*) Khét tiếng Nổi tiếng xấu

Nuisance Hành vi gây bất ổn Hành vi gây phiền nhiễu
Public nuisance: Hành vi gây phiền nhiễu cho công chúng

Null and void Vô hiệu Vô hiệu và huỷ bỏ

Nullity of marriage (*Chữ khác: Annulment of a marriage*) Tiêu hôn

O o

Oath Lời tuyên thệ
Oath of allegiance Tuyên thệ
trung thành
   *Under oath: Vẫn đang trong
tình trạng tuyên thệ*
Objection Lời phản đối Sự
phản đối
   *To raise an objection:
Tuyên bố phản đối*
*(Reason for objection: Lý do
phản đối):*
      *Ambiguous Tối nghĩa
Không rõ rang Nhập
nhằng*
      *Argumentative Có tính
cách lập luận Có tính
cách lý sự Có tính cách
tranh cãi*
      *Asked and answered Đã
được hỏi và trả lời*
      *Assumed fact not in
evidence Sự kiện giả
dụ - không phải là bằng
chứng*
      *Beyond the scope of
direct examination
Ngoài phạm vi trực vấn*
      *Beyond the scope of
cross examination*
      *Ngoài phạm vi thẩm
vấn đối kiểm*
      *Calls for a narrative
answer Gợi ra câu trả
lời có tính cách kể lể*
      *Calls for hearsay Gợi
sự điều nghe nói lại hay
lời đồn đại*
      *Calls for speculation
Gợi sự suy đoán*
      *Compound question
Câu hỏi có tính cách
tổng hợp*
      *Hostile witness Nhân
chứng không hợp tác
Nhân chứng thù nghịch*
      *Illegally seized evisence
Bằng chứng tịch thu bất
hợp pháp*
      *Improper impeachment
Truất bãi nhân chứng
không đúng thủ tục*
      *Inadmissible opinion
Ý kiến không thể chấp
nhận*
      *Incompetent witness
Nhân chứng không đủ
năng lực*

Insufficient foundation
*Không đủ căn bản Thiếu
cơ sở Thiếu nền tảng*
Irrelevant *Không ăn
nhập gì tới vấn đề đang
được tranh cãi*
Lack of foundation
*Thiếu căn bản Thiếu cơ
sở Thiếu nền móng*
Leading: *Gợi ý Mớm ý*
Narrative *Dài dòng Kể
lể*
Non-responsive *Không
trả lời vào câu hỏi*
Not relevant *Không ăn
nhập Lạc đề*
Speculative *Có tính
cách suy đoán*
Too general *Quá khái
quát*
Unduly inflammatory
*Khích động một cách
quá đáng*
Unduly prejudicial
Thiên vị cách quá đáng
Objection overruled Lời phản
đối bị bác bỏ
Objection sustained Lời phản
đối được chấp thuận
Objectivity Sự khách quan
Obligation Bổn phận Điều cam
kết Nghĩa vụ
Legal obligation *Cam
kết pháp lý*
Moral obligation *Cam
kết tinh thần*

Statutory obligation
Cam kết theo luật định
Oblivion Tình trạng bị lãng
quên Tình trạng cho vào
quên lãng
Obnoxious *(Chữ khác:*
Objectionable
Offensive) Đáng ghét
Đáng ghê tởm
Obscene Dâm ô Tục tĩu
Obscene material Dâm thư
Tranh ảnh dâm ô
Obscene phone call Điện thoại
chọc ghẹo với lời lẽ tục tĩu
Obsolete Lỗi thời
Obstruction of justice Cản trở
công lý
Obtain, to Thu hoạch
Occasional act Hành động nhất
thời
Occupational crime Tội phạm
nơi sở làm Tội phạm vì lý
do nghề nghiệp
Occupational hazard Rủi ro
nghề nghiệp
Odometer tampering Tội cạo
sửa đồng hồ đo dặm trong
xe hơi
Of counsel Luật sư phụ tá cho
luật sư biện hộ chính thức
trong phiên xử
Offend, to Xúc phạm
Offender Can phạm Kẻ phạm
pháp
Adult offender *Kẻ phạm
pháp người lớn*

Career offender *Kẻ phạm pháp chuyên nghiệp*

Drug offender *Kẻ phạm pháp về xử dụng xì ke ma tuý*

First time offender *Kẻ phạm pháp lần đầu*

Habitual offender *Kẻ phạm pháp thường xuyên*

Hard-core offender *Kẻ phạm pháp loại "tay tổ" hay " bất trị"*

High risk offender *Kẻ phạm pháp có thể tái phạm*

Juvenile offender *Thiếu nhi phạm pháp*

Persistent offender *Kẻ phạm tội thường xuyên*

Repeat offender *Kẻ phạm tội thường xuyên*

Offender score Cách tính điểm tiền án của bị can

Off the record Không được ghi vào biên bản Không chính thức

Offense Sự phạm pháp Tội phạm

Acquisitive offense *Tội phạm có vụ lợi*

Alleged offense *Sự phạm pháp bị cáo buộc*

Bailable offense *Tội phạm có thể tại ngoại*

Capital offense: Capital crime *Loại tội phạm có thể bị tử hình*

Lesser included offense *Loại tội phạm tương đối ít nguy hiểm hơn tội phạm bị cáo buộc*

Petty offense Minor offense *Tội phạm lặt vặt*

Serious offense*Tội phạm trầm trọng*

Sexual offense *Tội phạm về tình dục*

Substantive offense *Tội phạm chủ yếu*

Violent offense *Tội bạo hành*

Offense against the person Tội phạm tới cá nhân người khác

Offense against property Tội phạm về tài sản Tội phạm về quyền sở hữu

Offense of restricting and obstructing a police officer Tội phạm làm cản trở công việc của một nhân viên cảnh sát đang thi hành nhiệm vụ

Offensive language Lời nói có tính cách xúc phạm Lăng mạ

Offer, to Đề nghị Đưa ra đề nghị

Offer of proof Đề nghị xuất trình bằng chứng

Officer of the court Viên chức tòa án

Official's misconduct Giới chức có hành vi bất xứng hay tham nhũng

Omission and error Sự sai sót Sự bỏ sót và lỗi lầm

Omnibus hearing Phiên toà xác nhận tình trạng sẵn sàng của hai bên đối tụng để được xét xử

On demand Đáp ứng lời yêu cầu bất cứ lúc nào

On one's own recognizance (OR) *(Chữ khác: On personal recognizance (PR)* Được tại ngoại không phải đóng tiền thế chân

On parole Được phóng thích trước hạn tù Được phóng thích có điều kiện

On probation Trong thời gian quản chế

On the defensive Phản ứng để chống đỡ

On the dockets Có ghi trong sổ nhật ký của toà Có ghi trong "Sổ Đăng Đường"

On the merits Theo thực chất của vấn đề hay sự việc

On the prowl Đang rình mò

On the record Có ghi vào biên bản

Onus of proof Trách nhiệm dẫn chứng

Open court *(Chữ khác: In an open court)* Công khai trước tòa Phiên tòa công khai

Opening argument Luận cứ mở đầu

Opening statement Lời mở đầu vụ án Luận cứ mở đầu

Opinion View Ý kiến

Advisory opinion Ý kiến tư vấn

Dissenting opinion Ý kiến khác biệt

Lay opinion Ý kiến của nhân chứng thường (không phải chuyên gia)

Majority opinion Ý kiến đa số

Memorandum opinion Ý kiến phán quyết

Minority opinion Ý kiến thiểu số

Oppose, to *(Chữ khác: To object To protest)* Phản đối

Opposing counsel Luật sư của đối phương Luật sư đại diện cho đối thủ

Opportunism *(Chữ khác: Expediency)* Cơ hội chủ nghĩa Xu thời

Oppressor Kẻ đàn áp Kẻ hà hiếp

Oppression Sự áp bứcSự đàn áp Sự hà hiếp

Oral argument Tranh luận trước tòa

Oral evidence Bằng chứng qua lời khai Khẩu ch ứng

Ordeal Cơn thử thách

Order Án lệnh Chỉ thị Lệnh Mệnh lệnh Ra lệnh

Cease and desist order *Lệnh đình chỉ các hành động phi pháp*
Court order *Lệnh toà*
Final order *Lệnh chung quyết*
Interim order *Lệnh tạm thời*
No contact order *Án lệnh cấm tiếp xúc (Tòa án hình sự)*
Per curiam order *Lệnh của toàn bộ các Thẩm phán Ý kiến của Thẩm phán tòa Phúc thẩm*
Protection order *Án lệnh bảo vệ (Tòa án gia đình)*
Restraining order *Án lệnh kiềm chế (Dân sự tố tụng)*
Show cause order
Order to show cause *Chỉ thị hoặc lệnh ra hầu toà và trình bày lý do trước tòa*
To serve an order *Tống đạt án lệnh*
To vacate an order *Thu hồi án lệnh*

Order of discharge Án lệnh bãi miễn
Order of dismissal Án lệnh bác khước
Ordinance Luật địa phương Luât thành phố
Organized crime Tội phạm có tổ chức (thí dụ: tội gian lận, tội ăn cắp, tội ngụy tạo giấy tờ)
Organized crime gang Băng đảng phạm pháp có tổ chức
Outlaw Kẻ sống ngoài pháp luật Kẻ bị đặt ra ngoài vòng pháp luật
Outlawed Bị đặt ra ngoài vòng pháp luật
Out-of-home replacement Lệnh di chuyển thiếu nhi tới nơi tạm trú do chính phủ chỉ định (trường hợp đứa trẻ bị cha mẹ bỏ rơi hoặc ngược đãi)
Out of jurisdiction Ngoài khu vực thẩm quyền
Out of revenge Để trả thù
Out on bail Tại ngoại hầu tra sau khi đóng tiền thế chân
Outrageous conduct Hành vi bỉ ổi Hành vi "động trời"

Hành vi xúc phạm tối đa
Hành vi "mất dạy"

Outstanding warrant Lệnh
truy nã còn hiệu lực

Overt act Hành động công khai
Hành động trắng trợn

Override, to Có quyền ưu tiên
hơn Ưu thắng Vượt qua
quyền phủ quyết

Overrule an objection, to Tòa
bác bỏ lời phản đối

Overt act Hành động công khai
Hành vi biểu lộ Hành động
trắng trợn

Ownership Quyền sở hữu Sở
hữu chủ

P p

Pack a punch, to *(Chữ khác:* *To throw a punch)* Đấm Thụi

Packing a jury *(Chữ khác:* *Jury packing Jury fixing)* Lựa chọn hay mua chuộc một hội thẩm đoàn thiên vị

Palimony Tiền cấp dưỡng cho người sống chung (chưa có hôn thú) nay đã ly thân

Panderer *(Chữ khác: Pander or Pimp)* Kẻ xúi giục Kẻ giắt khách cho gái điếm Tên ma cô

Pandering *(Chữ khác:* *Pimping)* Làm "ma-cô" Tội dắt gái Tội mở nhà điếm Tội buôn bán, quảng cáo đồ mãi dâm Mãi dâm Xúi giục bán dâm

Panel Uỷ ban

Panel attorney Luật sư tư có hợp đồng với chính phủ để được chỉ định biện hộ cho bị cáo nghèo

Panel of judges Thẩm phán đoàn (từ cấp Toà Phúc Thẩm trở lên)

Pains and sufferings Sự đau đớn và chịu đựng

Paper trail Chuỗi giấy tờ, tư liệu có thể liên hệ tới tội phạm

Paralegal Phụ tá pháp lý

Paranoia Chứng hoang tưởng

Pardon Ân xá

> *Absolute pardon* Toàn xá
>
> *Conditional pardon* Ân xá có điều kiện
>
> *Executive pardon* Lệnh ân xá của Tổng thống
>
> *Full pardon absolute pardon* Toàn xá
>
> *General pardon* Đại xá
>
> *Partial pardon* Ân xá từng phần
>
> *Unconditional pardon* Đại xá

Parenthood Tư cách làm cha mẹ

Parenticide Tội giết cha mẹ

Parenting Sự dưỡng dục con cái Sự nuôi dạy con cái

Parental kidnapping Tội bắt cóc con do người cha (hay mẹ) bị mất quyền nuôi con

Parental liability Liên đới trách nhiệm của cha mẹ khi con cái gây thiệt hại cho người khác

Parental misconduct Hành vi bất xứng của cha mẹ

Parental rights Quyền của cha mẹ

Parenting plan Bản quyền lợi và nghĩa vụ của cha mẹ Kế hoạch nuôi nấng dạy dỗ con cái Kế hoạch thăm nuôi và giáo dục con cái (trường hợp ly thân hay ly dị có con tuổi vị thành niên)

Parental rights Quyền của người cha/mẹ

Parole Phóng thích trước hạn Sự được phóng thích trước hạn tù Sự dược phóng thích có điều kiện Tình trạng tạm dung

On parole Được phóng thích có điều kiện

Parole conditions Các điều kiện được phóng thích

Parole revocation Thu hồi lệnh phóng thích

Parolee Kẻ được phóng thích trước hạn tù

Parricide Tội giết người giám hộ

Partial insanity (*Chữ khác: Diminished capacity Diminished responsibility Partial responsibility)* Khả năng hành động bị

giảm thiểu/suy yếu vì chấn thương, say sưa hay bệnh tật

Particulars Bản phúc trình chi tiết Bản tường thuật đầy đủ và tường tận

Particulars Các dữ kiện khiếu nại

Partiality (*Chữ khác: Favoritism)* Sự thiên vị

Partners in crime Những kẻ cộng tác trong việc phạm pháp

Party Đương sự Mỗi bên trong vụ án Tụng phương

Both parties: Hai bên tụng phương Hai bên đối tụng

Passive negligence Sự bất cẩn vì thụ động

Pass a sentence, to Ra án phạt Tuyên án

Paternity Chứng minh phụ hệ Thủ tục truy tầm phụ hệ (cha của đứa bé)

Paternity test Thử máu để truy tầm phụ hệ

Pat-down search (*Chữ khác: Frisk)* Khám người bằng cách vỗ vào quần áo nghi can

Pathologist Nhà bệnh lý học (khám nghiệm tử thi)

Patricide Tội giết cha

Patrol car (*Chữ khác: Police cruiser)* Xe tuần cảnh

Patronizing a prostitute Tội chơi điếm

Payoff *(Chữ khác: Kickback)* Quà đền ơn Tiền trả đền ơn

Peace officer *(Chữ khác: Officer of the peace)* Cảnh sát

Pedophile Kẻ phạm tội tình dục với trẻ em

Pedophilia Tội quan hệ về tình dục với trẻ em

Peeping tom *(Chữ khác: Voyeur)* Kẻ rình mò ngó trộm (để thỏa mãn nhục dục)

Peer counseling Sự giúp đỡ hướng dẫn tinh thần giữa bạn bè hoặc đồng nghiệp Tư vấn bạn bè hoặc đồng nghiệp

Peer pressure Bị bạn bè áp lực, xúi bẩy

Peer support group Nhóm tương trợ đồng tuổi tác hoặc đồng nghiệp

Penal code Luật hình sự

Penalize, to Trừng phạt

Penalty Hình phạt

Commuted penalty Hình phạt giảm khinh

Death penalty Án tử hình

Mandatory penalty Hình phạt bắt buộc theo luật định

Maximum penalty Hình phạt tối đa theo luật định

Minimum penalty Hình phạt tối thiểu theo luật định

Penalty assessment Phạt vạ kèm theo hình phạt Xác định mức độ trừng phạt

Penalty of confinement Án phạt giam tù

Pending Chờ giải quyết Chưa kết thúc Sự việc còn đang tiến hành

Penitentiary Khám đường Ngục thất Trại giam tù khổ sai "Tù lớn"

Penology Khoa học về hình phạt

People *(Chữ khác: State)* Bên biện lý Bên chính phủ Nhân dân

People's court Tòa xét các vụ kiện tụng nhỏ Tòa tiểu tụng

Pepper spray Vũ khí tự vệ nhằm tê liệt kẻ tấn công

Percipient witness *(Chữ khác: Lay witness)* Nhân chứng không có kiến thức chuyên môn

Per curiam opinion Do toà án Do phán quyết của tòa án Ý kiến toà

Per curiam order Lệnh của toàn bộ các Thẩm phán trong toà Lệnh của Thẩm phán đoàn Ý kiến của thẩm phán Toà Phúc Thẩm

Peremptory challenge Đặc
quyền bãi miễn một hội
thẩm (không cần nêu lý do)

Perjury Tội làm chứng gian
Tội khai gian

Perjurer Kẻ làm chứng gian

Perks Bổng lộc

Permanency planning hearing
Phiên toà xét định chỗ ở
nhất định cho đứa trẻ

Permanent injunction Lệnh
cấm chỉ vĩnh viễn

Permanent resident Thường
trú nhân (có mang "thẻ
xanh")

Permanent ward Đứa trẻ được
toà giám hộ vĩnh viễn (Cha
mẹ bị tước quyền)

Permissive Buông thả Quá dễ
dãi

Permitting prostitution Tội
buôn bán trá hình Tội xử
dụng cơ sở làm ăn vào tổ
chức mãi dâm (Thí dụ: Mở
phòng thoa bóp Massage,
nhưng thực tế hành nghề
mãi dâm)

Perpetrate, to Phạm tội Vi
phạm tội hình sự

Perpetration Sự vi phạm

Perpetrator Kẻ vi phạm

Persecution Bị bách hại Bị đầy
đoạ hay ngược đãi vì lý do
tôn giáo hay chủng tộc

Persistent offender Kẻ phạm
tội thường xuyên

Person in need of supervision
*(Chữ khác: Status
offender)* Thiếu nhi cần
được sự giám sát (thí dụ:
vì trốn học, vì vi phạm giờ
phải có mặt ở nhà, vì bỏ nhà
ra đi)

Person of interest Người đang
được cảnh sát quan tâm tới
trong khi lùng bắt một nghi
can

Personal jurisdiction Thẩm
quyền xét xử trên cá nhân

Personal recognizance PR Tự
hứa sẽ ra hầu toà (được tại
ngoại mà không phải đóng
tiền thế chân)

Perturb, to *(Chữ khác: To
disturb To confuse)* Làm
cho ai băn khoăn lo ngại

Pervert, to Đưa ai vào con
đường hư hỏng Lầm đường
lạc lối

Pervert Người đồi bại Người
đồi trụy Người hủ hoá

Perverse Ngang ngạnh Không
chịu nhìn nhận và sửa chữa
lỗi lầm

Perverse verdict Phán quyết
sai lạc của hội thẩm đoàn vì
không theo đúng chỉ thị của
toà

Perversion Chuyện đồi bại Sự
hủ hoá

Petit jury Hội thẩm đoàn 6
người

Petit larceny *(Chữ khác: Minor larceny Petty larceny)* Ăn cắp vặt

Petition Đơn xin Lời cầu xin Thỉnh nguyện thư

Petitioner *(Chữ khác: Plaintiff)* Đương đơn Nguyên đơn

Petty offense *(Chữ khác: Minor offense)* Tội tiểu hình

Petty theft Tội ăn cắp vặt

Photomontage Nhóm hình các nghi can để nạn nhân nhận diện

Physical control Tội say rượu ngồi ở tay lái (xe không nổ máy)

Physical evidence Bằng chứng vật thể Chứng cứ vật chất Chứng cứ thực sự Vật chứng

Physical harm Làm thiệt hại thực sự cho đất đai, tài sản hay thân thể

Physical injury Thương tích Sự thiệt hại về vật chất

Physical necessity Sự cần thiết phải hành động vì lý do thực chất

Physical trauma Chấn thương thể chất

Pierce, to Chọc thủng Xuyên qua

Pigeon Người nhẹ dạ dễ bị khuynh đảo hoặc lợi dụng

Pilferage Tội ăn cắp vặt nơi làm việc

Pimp *(Chữ khác: Panderer, Procurer)* Kẻ giắt gái điếm Tên ma cô

Piracy Tội giả mạo hàng hoá Tội làm "đồ dỏm"

Pirate Kẻ ăn cắp "tài sản trí óc" Kẻ buôn lậu đồ giả mạo

Plagiarism Tội đạo văn

Plainclothesman Cảnh sát chìm

Plaintiff Nguyên đơn

Plain view doctrine Nguyên tắc cho phép cảnh sát câu lưu tang vật tình cờ phát hiện mà không cần lệnh toà

Plea Lời khai

Plea bargaining Điều đình hoán tội Thương lượng để nhận tội

Plea bargain negotiation Việc thương lượng về hợp đồng nhận tội

Plea of guilty Lời khai nhận tội

Plea of mercy Xin quan toà ân giảm hình phạt

Plea of nolo contendere Lời khai không chối tội

Plead guilty, to Tuyên bố nhận tội

Plead not guilty, to Tuyên bố không nhận tội

Pleading the Fifth *(Chữ khác: Taking the Fifth)* Hành xử quyền không tự qui tội Quyền từ chối tự buộc tội

Pleadings Biện luận Biện minh trạng của hai bên tranh tụng Lời biện hộ Lý đoán

Plead, to Biện hộ

> ***To plead guilty*** *Tuyên bố nhận tội*
>
> ***To plead not guilty*** *Tuyên bố không nhận tội*

Pledge, to Cam kết Cầm cố

Plot Âm mưu

Poaching Tội bắt cá, cua trái phép Tội săn bắn bất hợp pháp Tội săn bắn trộm

Points and authorities Điểm pháp lý và án lệ

Point of error Điểm sai lầm về pháp lý của tòa dưới

Point of fact Điểm thực tại

Point of law Điểm pháp luật Vấn đề pháp luật

Poisonous tree doctrine *(Chữ khác: Fruits of the poisonous tree doctrine)* Bằng chứng thu thập một cách bất hợp hiến

Police brutality Cảnh sát hung bạo Sự tàn bạo của cảnh sát

Police court Tòa xét xử các phạm nhân vi phạm luật thành phố

Police decoy Cảnh sát chìm làm cò mồi (thí dụ: nữ cảnh sát giả dạng gái điếm)

Police misconduct Hành vi bất chính của cảnh sát

Political crimes Các tội về chính trị (thí dụ: tội gián điệp, tội phản loạn, tội phản quốc)

Poll the jury, to Thăm dò ý kiến từng hội thẩm về quyết định cá nhân đi tới bình quyết

Polluting waterway Tội làm ô nhiễm môi sinh

Polygamy Tội đa thê

Polygraph *(Chữ khác: Lie detector)* Máy dò lời nói dối

Pornography Sách báo và phim ảnh khiêu dâm

> ***Child pornography:*** *Tội phát hành sách báo, phim ảnh khiêu dâm về trẻ em*

Pose a threat, to Đe doạ Hăm doạ

Position Posture Lập trường

Possession Quyền chấp hữu Sự chấp hữu Sự oa trữ

Possession of drugs Tội có giữ thuốc xì ke trong người Tội oa trữ ma tuý

Possession of fireworks Tội oa trữ pháo bông

Possession of stolen firearm Tội oa trữ vũ khí bị mất cắp

Possession of stolen property Tội chứa chấp đồ ăn cắp

> ***Actual possession Direct or physical control of property*** *Thực sự oa trữ Thực sự sở hữu*
>
> ***Constructive possession*** *Chấp hữu qua quyền*

*hạn nhưng không thực
sự hay trực tiếp sở hữu*
Criminal possession
Oa trữ bất hợp pháp
**Possession with intent to
distribute** Oa trữ ma tuý
với ý định buôn bán
Post bail, to Đặt tiền thế chân
**Postmortem examination
(Chữ khác: Autopsy)** Khám
nghiệm tử thi để tìm ra
nguyên nhân cái chết
Postponement Hoãn lại phiên
tòa Sự đình hoãn
Posture (Chữ khác: Attitude)
Lập trường Thái độ
Powder pattern test Giảo
nghiệm thuốc súng dính trên
da hoặc quần áo để quyết
định khoảng cách giữa hung
thủ và nạn nhân
Powder Một loại thuốc kích
thích
Power Quyền hành Quyền lực
Power of attorney Giấy ủy
quyền Sự ủy quyền
Practicing lawyer Luật sư đang
hành nghề
Precautionary measure Biện
pháp đề phòng
Precedent Án lệ Tiền lệ
**Authoritative precedent
Binding precedent
Ruling precedent** *Án lệ
có hiệu lực bắt buộc*
Judicial precedent: *Tiền
lệ xét xử*

Leading precedent *Án lệ
Tiền lệ chỉ đạo*
Precipitate action Hành động
khinh suất Hành động thiếu
suy nghĩ
**Preconceived malice (Chữ
khác: Malice aforethought)**
Tiền ý ác tâm Tiền ý phạm
pháp
Pre condition Điều kiện tiên
quyết
Predator Kẻ bất lương rình mò
nạn nhân trước khi ra tay
(thí dụ: tội cướp bóc, hiếp
dâm hay giết người) Kẻ rình
mò Kẻ săn mồi
Preferential treatment Ưu đãi
**Prejudice (Chữ khác:
Preconceived opinion)**
Thành kiến
Prejudice Sự làm phương hại
Prejudice, to Gây phương hại
cho
**Prejudice (Chữ khác:
Discrimination)** Thiên kiến
Sự bất lợi Sự phương hại
cho ai
Undue prejudice: *Gây thiên
kiến quá mức Gây thiên
kiến vô cớ*
Prejudicial Có thiên kiến Có
phương hại tới ai
Prejudicial character Tư cách
hay đặc tính có thể gây ra
định kiến
Prejudicial error Sai lầm về
định kiến của thẩm phán

trong khi xét xử có thể khiến cho vụ án bị phá án

Prejudicial evidence Bằng chứng có tính cách bất công hoặc thiên kiến đối với bị cáo

Prejudicial juror Hội thẩm có định kiến

Preliminary hearing Phiên tòa sơ vấn

Preliminary examination Phiên tòa thẩm xét sơ bộ

Premeditated Có dự mưu

Premeditated malice *(Chữ khác: Preconceived malice)* Âm mưu độc ác đã toan tính trước Tiền ý ác tâm Tiền ý phạm pháp

Premeditated murder Tội giết người có dự mưu Tội giết người có chủ tâm Tội cố sát

Premeditation Sự có dự mưu Sự có suy tính từ trước

Prenuptial agreement *(Chữ khác:Premarital agreement)* Tờ giao ước trước khi lập gia đình

Preponderance of evidence Ưu thế của bằng chứng (theo dân sự tố tụng)

Prerequisite Điều kiện tiên quyết

Legal prerequisite: Điều kiện tiên quyết về pháp lý

Present, to *(Chữ khác: To produce)* Trình bày Xuất trình

Pre-sentencing investigation report Bản bá cáo điều tra lý lịch bị cáo do nhân viên quản chế trình toà, trước khi bị cáo lãnh án Phúc trình trước khi tuyên án

Presiding judge *(Chữ khác: Chief judge)* Chánh án Vị chánh thẩm

Presiding juror *(Chữ khác: 1. Foreman 2. Foreperson)* Chánh hội thẩm Thủ lãnh bồi thẩm đoàn

Presume, to Suy đoán

Presumption Sự suy đoán
> *Sự suy đoán không thể bác bỏ được*
> *Absolute presumption*
> *Compelling presumption*
> *Conclusive presumption*
> *Irrebuttable presumption*
> *Mandatory presumption*
> *Sự suy đoán không đồng nhất Sự suy đoán bất nhất*
> *Conflicting presumption*
> *Inconsistent presumption*
> *Disputable presumption*
> *Rebuttable presumption*

Presumption of fact *(Chữ khác: Factual presumption)* Sự suy đoán dựa trên sự kiện thực tại

Presumption of law *(Chữ khác: Legal presumption)* Sự suy đoán pháp lý

Presumption of innocence Sự suy đoán vô tội

Presumed innocent until proven guilty Được coi là vô tội cho tới khi được chứng minh là đã phạm tội ngoài nghi vấn hợp lý

Presumptive evidence Bằng chứng suy đoán

Presumptuous Tự phụ

Pretermitted child *(Chữ khác: Pretermitted heir)* Đứa bé sinh ra sau khi bản di chúc được chấp hành

Pretext Lý do thoái thác Lý do để từ chối Viện lý do

Pre-trial Giai đoạn tiên thẩm Giai đoạn trước khi xét xử

Pre-trial settlement conference Phiên toà đàm phán thương thảo Phiên tòa điều xử tiên thẩm

Pre-trial hearing Phiên toà tiên xử Phiên toà thương thảo

Pre-trial investigation Điều tra lý lịch bị can trước khi xét xử Việc điều tra trước khi xét xử

Pre-trial motions Các kiến nghị trong giai đoạn tiên thẩm

Pre-trial release Phóng thích tạm thời trong giai đoạn tiên thẩm

Pre-trial Services Sở Kiểm Chế Liên Bang Văn phòng điều tra lý lịch bị can trước khi trình toà

Prevention Sự phòng ngừa

Crime prevention *Chương trình phòng ngừa tội ác*

Preventive measure Biện pháp ngăn ngừa

Preventive punishment Hình phạt có tính cách ngăn ngừa

Price fixing Tội lũng đoạn giá cả (tự đặt giá hàng quá đáng để khống chế thị trường)

Price gouging Tội tăng giá "cắt cổ" các món hàng khan hiếm để trục lợi

Prima facie Sơ khởi Thoạt nhìn

Prima facie evidence Bằng chứng hiển nhiên Bằng chứng giải đoán Bằng chứng thoạt nhìn qua Bằng chứng sơ bộ
Chứng cứ sơ khởi Khởi chứng

Primary caregiver Người có trách nhiệm chính trong việc chăm lo săn sóc

Primary evidence Bằng chứng hay tang vật chính yếu, trực tiếp

Principal conspirator Kẻ chủ mưu

Prior acts of violence Các hành động bạo lực trước đây

Prior bad acts Các lần phạm pháp trước đây của bị can

Prior record Hồ sơ tội phạm về tiền án

Prior conviction Có án tích Có tiền án

Priors Tiền án

Prison Khám đường "Nhà tù lớn"

Prison camp *(Chữ khác: Minimum security jail)* Trại tù thả lỏng

Prison furlough Phép xuất tù vì lý do đặc biệt (thí dụ: dự đám táng của người thân)

Prison misbehavior Hành vi phá phách trong tù

Prison riot Cuộc nổi loạn trong tù

(Personal) privacy Đời sống riêng tư bất khả xâm phạm Sự riêng tư cá nhân
> *Invasion of privacy Xâm phạm vào đời tư*
> *Right to privacy Quyền riêng tư*

Privilege Đặc quyền Ưu quyền

Privileged Được ưu đãi

Privileged communications Đặc quyền giao tiếp Đặc quyền thông tin
> *Attorney & client privilege Đặc quyền giữa luật sư và thân chủ*
> *Marital privilege (spousal immunity) Đặc quyền giao tiếp và thông tin của vợ chồng*

Privity Quyền lợi chung trong quan hệ tài sản

Privity of contract Quan hệ trong khế ước

Privy Bí mật Cơ mật

Proactive *(Chữ khác: Taking initiative)* Chủ động Ra tay trước Tiên phong thực hiện

Probable cause Lý do khả tín Tội chứng

Probable cause hearing Phiên tòa quyết định tội chứng

Probation *(Chữ khác: Community supervision)* Quản chế Thời kỳ thử việc
> *On probation: Trong thời gian quản chế*

Probation hearing Phiên toà xét định việc vi phạm các điều kiện quản chế

Probation officer Nhân viên quản chế

Probation report Tờ trình của quản chế Bá cáo của quản chế

Probation revocation Thu hồi lệnh quản chế

Probation violation Vi phạm lệnh quản chế

Probationary conditions Các điều kiện quản chế

Probative evidence Bằng chứng có giá trị tranh cãi

Probative fact Sự kiện có giá trị tranh cãi

Probative value Giá trị tranh cãi (giúp cho việc chứng minh dữ kiện thực tại)

Probe, to Điều tra Tham dò

Pro bono Biện hộ không đòi thù lao Miễn phí

Procedural question Câu hỏi về thủ tục tố tụng

Procedural safeguard Sự bảo đảm về thủ tục tố tụng

Process server Người tống đạt giấy tờ Thừa phát lại

Profiling Thiết lập hồ sơ đặc loại

Prohibition Sự cấm đoán

Procedure Thủ tục

Proceeding Diễn tiến vụ án Phiên tòa Thủ tục tố tụng

Process Diễn trình Phương thức Thủ tục Tiến trình công việc
Due process of law Tiến trình pháp lý hợp cách Thủ tục pháp lý phải theo

Process server Người tống đạt văn thư Viên thừa phát lại

Produce evidence (*Chữ khác: Produce proof*) Dẫn chứng Trưng bằng cớ Xuất trình bằng chứng

Produce proof to the contrary Xuất trình phản chứng

Production Sự xuất trình giấy tờ tài liệu v.v..

Profanity Lời lẽ tục tĩu

Professional misconduct Hành vi bất xứng của giới chuyên môn

Proffer Đề nghị hợp tác để được giảm tội

Profitering Tội đầu cơ trục lợi

Promiscuity Cuộc sống lang chạ Tính tình lang chạ

Promiscuous Lang chạ

Proposition Đề xuất Vấn đề đưa ra để cứu xét hoặc giải quyết

Promissory note Lệnh phiếu Giấy nợ Giấy hứa trả nợ

Promoting gambling Tội tổ chức cờ bạc bất hợp pháp

Promoting prostitution (*Chữ khác: Promotion of prostitution*) Tội tổ chức mãi dâm

Pronounce, to Tuyên đọc

Pronounce a sentence, to (*Chữ khác: To pass a sentence*) Tuyên án

Pronounce a judgment, to Phán quyết

Proof Chứng cớ

Proof of notice (*Chữ khác: Proof of service*) Chứng cứ tống đạt văn thư pháp lý

Proof beyond a reasonable doubt Bằng chứng ngoài nghi vấn hợp lý
Burden of proof Trách nhiệm về bằng chứng Trách nhiệm dẫn chứng

Propensity Hướng chiều Có khuynh hướng
Criminal propensity: Hướng chiều về phạm pháp
Pro per *(Chữ khác: In propria persona*
Pro se) Tự biện hộ
Proper evidence Bằng chứng có thể chấp nhận đưa vào phiên xử
Property Tài sản Vật sở hữu
Property crime Tội phạm về tài sản (ăn cắp, ăn trộm, vv)
Pro se Tự biện hộ
Pros and cons Những điều lợi và bất lợi Những điều thuận và chống
Prosecutor Biện lý Công tố viên "Quan tố án" *(Chữ khác:*
  Assistant District Attorney
  Government's lawyer
  District attorney - DA)
  Prosecuting attorney
Prosecution Công tố quyền Sự truy tố
Prosecution witness Nhân chứng bên công tố Nhân chứng chính phủ
Prosecutorial discretion Tuỳ nghi vào sự suy xét, quyết định của công tố viên (biện lý)
Prosecutorial misconduct Sự lạm quyền của biện lý

Prospective juror Hội thẩm dự tuyển
Prostitution Tội mãi dâm
Protection order Án lệnh bảo vệ Lệnh bảo vệ (Toà án gia đình)
Protective custody Sự giam giữ riêng biệt để bảo vệ cho chính phạm nhân khỏi bị ám hại
Protective search Khám xét nghi can để bảo đảm an toàn cho cảnh sát
Protracted length of time in custody Kéo dài thời gian bị câu lưu
Prove, to Chứng minh sự kiện xẩy ra với bằng chứng hay tang vật
Provoke, to Khiêu khích Chọc tức
Provocation Sự khiêu khích Sự chọc tức
Provocative Khiêu khích Chọc tức
Prowl, to Rình mò
Car prowl Đập cửa xe để ăn cắp đồ
On the prowl Đang đi rình mò
Proximate cause of harm Nguyên nhân gần
Prudence Sự cẩn trọng
Psychiatrist Bác sĩ phân tâm (tâm thần)

Psychic Người có khả năng cảm nhận những sự việc huyền bí, siêu nhiên

Psychologist Bác sĩ tâm lý Chuyên gia tâm lý

Psychotic Người bị rối loạn thần kinh

Psychopath Người bị mất thăng bằng về thần kinh Người bị thái hoá

Public danger Nguy hiểm cho quần chúng

Public defender Luật sư công Luật sư cãi thí

Public domain Trưng dụng bất động sản để dùng vào việc công ích Lãnh vực công ích

Public drunkenness (*Chữ khác: Public intoxication*) Tội say sưa nơi công cộng

Public hearing Cuộc họp tham khảo ý kiến công chúng

Public interest Công ích

Public nuisance Hành vi gây phiền nhiễu cho công chúng

Public urination Tội phóng uế ngoài phố Tiểu tiện nơi công cộng

Pummel, to (*Chữ khác: To pound*) Đấm Thụi nạn nhân liên hồi "liên tu bất tận"

Punishment Hình phạt

    Capital punishment *Hình phạt tử hình*

    Corporal punishment *Nhục hình*

    Cruel and unusual punishment *Hình phạt dã man*

    Cumulative punishment *Hình phạt tổng gộp Hình phạt tích luỹ*

    Deterrent punishment *Hình phạt có tính cách răn đe*

    Excessive punishment *Hình phạt quá đáng*

    Preventive punishment *Hình phạt có tính cách ngăn ngừa*

    Reformative punishment *Hình phạt có tính cách cải hóa*

    Retributive punishment *Hình phạt có tính cách trừng trị*

    Utilitarian punishment *Hình phạt có tính cách thiết thực*

Punitive Có tính cách trừng phạt

Punitive damages Tiền bồi thường có tính cách trừng phạt (dân sự tố tụng)

Punitive segregrating Biệt giam một tù nhân vì thiếu kỷ luật

Purge, to Tiêu hủy hồ sơ vụ án

Purse snatching Tội ăn cướp giật Tội giật ví

Pursue, to Theo đuổi Truy kích Truy nã

Pursuit Sự theo đuổi Sự truy nã

In pursuit of: *Mưu cầu*
Theo đuổi một ý định, một
công việc

Purview Phạm vi ảnh hưởng
Tầm ảnh hưởng (của một
kế hoạch hay một văn kiện)
Tầm nhận thức

Push forward, to *(Chữ khác:*
Press on) Xúc tiến

Put under restraint, to Bị câu
thúc Bị hạn chế Bị kiểm chế

Q q

Qualify, to 1. Làm đủ tiêu
chuẩn 2. Làm sáng tỏ 3. Tạo
điều kiện

Qualify a rule Hạn chế hiệu lực
của qui luật

Qualify a verdict Giải thích
Làm sáng tỏ một bình quyết
hay phán quyết của tòa

Qualified Có đủ khả năng Có
đủ tiêu chuẩn Có đủ tư cách
*Legally qualified Có đủ tư
cách pháp lý*

Qualified witness Nhân chứng
có đủ tư cách, có đủ hiểu
biết về một lãnh vực nào đó

Quash, to Hủy bỏ Thâu hồi
Tiêu huỷ (lệnh tầm nã)

Quash the warrant, to Hủy bỏ
lệnh tầm nã Thâu hồi trát
tầm nã
*Motion to quash Kiến nghị
xin hủy bỏ lệnh tầm nã*

Question at issue Vấn đề tranh
chấp

Question of fact Vấn đề về sự
kiện thực tại

Question of law Vấn đề về luật
pháp

Question Câu hỏi

*Catch question Câu hỏi
gài bẫy*
*Categorical question
Câu hỏi theo thể loại*
*Cross question Câu hỏi
kiểm vấn*
*Direct question Câu hỏi
trực vấn*
*Hypothetical question
Câu hỏi giả định*
*Incriminating question
Câu hỏi có tính cách
gán tội*
*Irrelevant question Câu
hỏi không ăn nhập gì
đến vụ án*
*Leading question Câu
hỏi gợi ý*
*Legal question Câu hỏi
pháp lý*
*Procedural question
Câu hỏi về thủ tục tố
tụng*
*Relevant question Câu
hỏi liên quan tới vụ án*
*Suggestive question
Câu hỏi gợi ý*

Threshold question *Câu hỏi có tính cách cơ bản hoặc nền tảng*

Questionable Đáng nghi ngờ Gây thắc mắc Khả nghi

Questionnaire Bản hỏi Bản tham dò ý kiến

Quid pro quo Vật đáp lễ Có đi có lại

Quit claim Từ bỏ chủ quyền Từ bỏ quyền sở hữu

Quit claim deed Chứng thư từ bỏ chủ quyền

R r

Rabble-rouser Kẻ sách động
Racial discrimination Tội kỳ
thị chủng tộc
Racial profiling Hồ sơ đặc loại
về chủng tộc Sư rập khuôn
thiên kiến về chủng tộc
Racial slur Lời gièm pha có
tính cách kỳ thị chủng tộc
Racketeering Làm tiền bằng
các hành vi bất chính hoặc
mánh lới, Các thủ đoạn làm
tiền (như đe dọa, hối lộ, gian
lận, tham nhũng) Tội phạm
có tổ chức
Racketeer Kẻ làm tiền bằng
các hành động bất chính
Raid Cuộc bố ráp
Railroad, to Kết án một cách
vội vã qua việc tố giác sai
lầm hoặc thiếu bằng chứng
Thúc ép thông qua một đạo
luật
Raise an objection, to Tuyên
bố phản đối
Rake-off Tiên ăn chia Tiền hoa
hồng "Tiền cò"
Rampage killing Giết người
bừa bãi

Rancor *(Chữ khác: Hatred)*
Căm hờn Hận thù
Random killing Giết người
bừa bãi
Range Tầm đạn
Ransack, to Lục tung đồ đạc
trong nhà để ăn cướp
Ransom Tiền chuộc mạng
Ransom note Giấy đòi tiền
chuộc
Rape Hiếp dâm
   Aggravated rape Hiếp
dâm trường hợp gia
trọng
   Attempted rape Toan
tính hiếp dâm
   Assault with intent to
rape Hành hung với chủ
ý hiếp dâm
   Date rape Bị hiếp trong
buổi hẹn hò Bị người
quen biết hiếp dâm
   Gang rape
   Rape in concert "Bề hội
đồng"
   Marital rape Bị chồng
cưỡng dâm
   Statutory rape Hiếp
dâm trẻ vị thành niên

Rape of spouse Cưỡng dâm người phối ngẫu

Rapid recidivism aggravator Kẻ tái phạm trong một thời gian ngắn với tình trạng gia trọng

Rap sheet Bản tóm lược tiền án của can phạm Hồ sơ tội phạm của can phạm

Rat out, to Chỉ điểm Phản bội

Ratify, to Phê chuẩn

Ratification Sự chấp nhận Sự phê chuẩn

Reach a verdict, to Đạt được phán quyết

Real evidence Chứng cứ vật thể

Real malice *(Chữ khác: Constructive malice Implied malice Malice in law)* Ác ý ngầm

Real property Bất động sản

Reason, to *(Chữ khác: To argue)* Lập luận

Reason Lý do Sự lập luận

Valid reason *Lý do chính đáng*

Reasonable apprehension Sự lo ngại có căn cứ

Reasonable doubt Nghi vấn hợp lý

Reasonable force Dùng vũ lực vừa phải để khuất phục kẻ bị bắt Dùng vũ lực tương đối để bảo vệ

Reasonable person *(Chữ khác: Reasonably prudent person)* Con người theo tiêu chuẩn pháp lý Người biết suy xét phải chăng

Reasonable search Khám xét có căn cứ

Rebut a defense, to Bác bỏ lý lẽ bào chữa của bị can

Rebuttable presumption Sự suy đoán có thể bác bỏ được

Rebuttal Sự bác bỏ luận cứ của đối phương Sự phản chứng

Rebuttal evidence *(Chữ khác: Rebutting evidence)* Sự dùng bằng chứng hay nhân chứng để bác bỏ bằng chứng của đối phương

Rebuttal witness Nhân chứng dùng để phản bác bằng chứng

Recall, to Nhớ lại

Recall, to Đòi lại Hồi chức Lấy lại Thu hồi Triệu hồi

Recall a warrant, to Thu hồi lệnh truy nã

Recant, to Tuyên bố rút lại lời khai

Recidivate, to Tái phạm

Recidivism Sự tái phạm

Recidivist *(Chữ khác: Habitual criminal Repeated offender)* *Kẻ tái phạm*

Reciprocal discovery Trao đổi bằng chứng và văn kiện giữa hai bên luật sư

Reckless Bạt mạng Liều lĩnh Thiếu thận trọng

Reckless behavior Hành vi cẩu thả bạt mạng

Reckless disregard Coi thường hậu qủa

Reckless driving Lái xe bạt mạng Tội lái xe ẩu tả

Reckless endangerment Tội phạm gây nguy hiểm cho sinh mạng hay tài sản chung quanh

Reckless negligence *(Chữ khác: Gross negligence)* Sự cẩu thả cấp nặng

Recklessness Sự bạt mạng Sự liều lĩnh

Recommend, to Đề nghị hình phạt

Recommendation Khuyến nghị

Record Biên bản Bút lục Hồ sơ

> *Criminal record Hồ sơ lý lịch hình sự*
>
> *Let the record reflect Theo biên bản*
>
> *Off the record Không được ghi vào biên bản Không chính thức*
>
> *On the record Có ghi vào biên bản*

Record of a trial Biên bản phiên toà Bút lục phiên tòa

Record on appeal Hồ sơ xin phúc thẩm

Record piracy Sao bản và phát hành bất hợp pháp tài liệu thâu băng

Recoupment of attorney's fee Một phần tiền bồi hoàn các chi phí pháp lý (thí dụ: một phần tiền chi phí mà bị can có lợi tức thấp phải trả cho luật sư công)

Recross examination *(Chữ khác: To recross)* Tái chất vấn

Rectify, to Cải đổi Chấn chỉnh lại Sửa đổi lề lối làm việc Sửa sai

Recusal Hồi tị Sự xin rút tên ra khỏi việc xét xử

Recuse, to Xin rút tên khỏi địa vị xét xử vì xung khắc nghề nghiệp

Redact, to Bôi bỏ các chi tiết cá nhân cần bảo mật (để tránh tiết lộ danh tánh nạn nhân) trong biên bản nội vụ của cảnh sát

Red-handed *(Chữ khác: Caught in the act)* Bị bắt qủa tang

Redirect examination *(Chữ khác: To redirect)* Tái trực vấn

Redress, to Bồi thường Đền bù

Red-tape Thói quan liêu Thủ tục hành chánh rườm rà

Referral Cá nhân được chuyển sang cơ quan khác để xét xử Trình duyệt

Court referral: *Chuyển cho tòa án xét xử*

Referee Viên trọng tài

Reformation Cải cách Giáo hoá

Reformative punishment Hình phạt có tính cách cải hoá

Register, to Đăng ký Trước bạ

Registration Đăng ký

Sex offender's registration: Lệnh cho kẻ phạm tội tình dục phải đăng ký và trình diện nhà chức trách địa phương sau khi mãn hạn tù

Regulation Điều lệ Qui định

Rehab the witness, to Cứu vãn nhân chứng

To impeach the witness: Truất bãi nhân chứng

Rehabilitation center Trung tâm phục hồi

Reimburse, to Bồi hoàn

Reinstate, to Phục hồi chức vụ hay quyền lợi Tái lập

Reiterate, to *(Chữ khác: To do or say again)* Lập lại Làm lại Nói lại

Reject, to *(Chữ khác: To deny To dismiss To invalidate To negate)* Bác bỏ

Reject or deny a motion, to Bác bỏ một kiến nghị

Rejection Sự bác bỏ

Relapse, to Tái phạmTái phát

Relapse into a crime, to Tái phạm tội

Release, to Phóng thích Sự phóng thích

Release on recognizance *Được tại ngoại miễn đóng tiền thế chân*

Conditional release *Phóng thích có điều kiện*

Release of information Cho phép tiết lộ tin tức cá nhân hay riêng tư

Release on recognizance Được tại ngoại miễn đóng tiền thế chân

Relevant Ăn nhập với

Relevant evidence Bằng chứng có liên hệ tới vụ án

Relevant fact Sự kiện có liên quan tới vụ án

Relevant question Câu hỏi liên quan tới vụ án

Relief *(Chữ khác: Remedy)* Sự bổ khuyết Lệnh tòa về việc bồi thường Sự đền bù

Judicial relief: Sự giúp đỡ về tư pháp

Relinquish one's right, to Từ bỏ quyền hạn Từ bỏ quyền lợi

Relinquishment *(Chữ khác: Renunciation)* Sự từ bỏ quyền hạn

Remand, to Gởi trả lại toà dưới

Remand for trial, to Trả về tòa dưới để xử lại

Remand to custody, to Truyền giam giữ lại

Remarks Lời phát biểu Lời tuyên bố hay ý kiến của

luật sư hoặc của thẩm phán
trong phiên xử

Remedy Biện pháp sửa chữa
Phương pháp bổ cứu

Remedy, to Bổ khuyết

Remedy a shortcoming, to Bổ
khuyết

To seek remedy *Xin chấn
chỉnh tình trạng Đòi bồi
thường*

Remedy at law Phương tiện
bảo vệ của pháp luật

Criminal remedy *Phương tiện
bảo vệ qua luật hình sự*

Remittitur of record Toà phúc
thẩm trả lại hồ sơ vụ án
xuống toà dưới để thi hành
phán quyết

Removal Việc chuyển hồ sơ lên
tòa án liên bang

Rendering criminal assistance
Tội cản trở công lý bằng sự
chứa chấp, che chở kẻ phạm
pháp

Rendition *(Chữ khác:
Extradition)* Dẫn độ Việc
giao nộp kẻ tại đào

Renounce, to *(Chữ khác: To
relinquish To repudiate)*
Đoạn giao Đoạn tuyệt
Khước từ Từ bỏ

Repeal a law, to Xin bãi bỏ một
đạo luật Xin thâu hồi một
đạo luật

Repeated offender Kẻ tái phạm

Repossession Lấy lại quyền sở
hữu Thu hồi quyền sở hữu

Reprieve, to Tạm hoãn thi
hành bản án (để bị can có
thì giờ thu xếp chuyện gia
đình trước khi trình diện
thụ án)

Reprimand, to Khiển trách

Represent, to Đại diện cho
Trình bày Xuất trình

Repress, to Đàn áp Trấn áp

Repugnant verdict Bình quyết
mâu thuẫn

Request for production Kiến
nghị yêu cầu xin xuất trình
văn bản, bằng chứng

Rescind, to Hủy bỏ một khế
ước hay tài liệu Rút lại hợp
đồng

Rescission Sự huỷ bỏ một khế
ước

Research, to Nghiên cứu Sưu
tầm

Residue Cặn bã Cặn còn sót lại

Residential commitment
*(Chữ khác: Work release
program)* Bị can được tham
dự chương trình "ban ngày
đi làm buổi tối cắm trại"

**Residential/Community
treatment center** Trung
tâm điều trị Trung tâm cai
nghiện

Residential facility *(Chữ khác
halfway house)* Trại giam
ban đêm Trại giam chuyển
tiếp ("ban ngày đi làm buổi
tối cắm trại")

Residential time *(Chữ khác: Visitation)* Thời gian đứa trẻ thăm viếng người cha/mẹ

Resist, to Kháng cự

Resisting arrest Kháng cự sự bắt bớ của cảnh sát
 Lawful resistance Sự kháng cự hợp pháp

Respite Reprieve Tạm hoãn để tái xét

Respondent Bị đơn (người bị tố theo luật gia đình, dân sự tố tụng) Bị can (thiếu nhi phạm pháp)

Response *(Chữ khác: Responsive pleading)* Bản phúc đáp Bản trả lời gởi tới phe đối tụng

Restitution Tiền bồi thường cho nạn nhân (do bị can buộc phải trả vì gây thương tích hay thiệt hại tài sản)

Restitution hearing Phiên toà xét định tiền bồi thường cho nạn nhân

Restrain, to *(Chữ khác: To keep in check)* Cấm chỉ Kềm chế Kềm hãm Kiềm tỏa

Restraint Cương tỏa Sự kềm chế
 Under restraint Trong vòng cương tỏa

Restraining order Án lệnh cấm chỉ Lệnh kiềm chế liên

lạc hay tiếp xúc với đương đơn (dân sự tố tụng)

To put under restraint *Bị câu thúc hạn chế Bị hạn chế*

Restraints Những dụng cụ kiềm chế tù nhân (Thí dụ: còng tay, xiềng xích, gông cùm)

Restriction Sự giới hạn Sự hạn chế

Restricted visitation *(Chữ khác: Supervised visitation)* Thời gian thăm con có sự giám sát bởi đệ tam nhân

Rest the case, to Kết thúc phần trình bày của tụng phương Kết thúc phần biện luận vụ án

Retain, to Thuê mướn luật sư

Retainer Tiền thù lao luật sư

Retainer agreement Hợp đồng giữa luật sư và thân chủ

Retaliate, to Trả đũa Trả thù

Retract, to Phản cung Rút lại lời khai trước đây

Retrial Xét xử lại

Retribution Sự báo oán

Retributive punishment Hình phạt có tính cách trừng trị

Retroactive Có giá trị hồi tố

Return of service Xác nhận đã nhận được giấy báo của nguyên đơn để ra hầu toà

Return a verdict, to (Hội thẩm đoàn) đưa ra phán quyết

Revenge, to Báo thù Trả thù
 Out of revenge: Để trả thù

Reversal Sự hủy bỏ quyết định của tòa dưới

Reverse discrimination Bị kỳ thị ngược lại

Review Sự duyệt xét Sự tái duyệt

Appellate review Sự duyệt xét của tòa phúc thẩm Sự xét lại quyết định của tòa dưới

Revive, to Chấn hưng

Revision Sự hiệu đính Sự xét sửa lại

Revoke, to Thu hồi

Revocation Sự thâu hồi

Ridges Đường chỉ trên đầu ngón tay

Rifle through the drawer, to Lục lọi học tủ để kiếm đồ

Right Quyền hạn Sự có quyền

Right against self incriminating Quyền chống lại việc tự kết tội

Right to counsel Quyền có luật sư

Right to die *(Chữ khác: Right to refuse treatment)* Quyền được chết theo ý mình (đối với bệnh nhân mắc bệnh bất trị) Quyền từ chối việc điều trị

Right to remain silent Quyền giữ im lặng

Rigor mortis Xác chết lạnh cứng

Riot Sự bạo loạn

Rioting mob Đám đông bạo

động Đám đông làm loạn

Risk assessment Thẩm định Xét định sự rủi ro

Risk factors Các yếu tố về rủi ro

Roadblock Rào cản Ụ chận xe do cảnh sát thiết lập để chận bắt xe tẩu thoát

Road rage Cơn thịnh nộ vì trở ngại giao thông ngoài công lộ có thể đi tới bạo động

Robbery Sự ăn cướp

Aggravated robbery Ăn cướp trường hợp gia trọng

Armed robbery Vụ cướp có vũ khí

Rookie Cảnh sát mới ra trường Tân binh cảnh sát

Roundup Cuộc tập trung Vây bắt

Rowdy behavior "Du côn" Hành vi gây rối loạn

Royalties Tiền bản quyền

Rule, to Phán quyết Quyết định

Rule of law Qui tắc pháp luật Tiêu chuẩn luật pháp

Rule of retreat Qui tắc tháo lui (thay vì nghênh chiến) để tránh bị hành hung

Rule of thumb Qui tắc thực nghiệm

Rules and regulations Luật lệ Qui lệ

Ruling Quyết định của tòa Phán quyết

Ruling precedent Án lệ có hiệu lực bắt buộc

Rules of evidence Những qui luật, qui tắc về bằng chứng

Runaway Thiếu nhi bỏ nhà ra đi

Runaway grand jury Đại bồi thẩm đoàn không đạt được ý kiến thống nhất như biện lý yêu cầu

Ruse Mánh khóe Mưu mẹo

Rustler Kẻ ăn trộm gia súc Kẻ trộm ngựa

Rustling Tội ăn trộm gia súc Tội trộm ngựa

S s

Sabotage Hoạt động phá hoại

Saboteur Kẻ phá hoại

Sacrilege Tội bất kính Tội phạm thượng Tội phạm đến thần thánh

Sadistic killing Giết người bằng những trò ma quỷ tàn ác

Safeguard Biện pháp bảo vệ

Legal safeguard Biện pháp bảo vệ của pháp luật

Procedural safeguard Biện pháp bảo toàn qua thủ tục tố tụng

Sanction Sự chế tài

Criminal sanction Sự chế tài về hình sự ngoài án tù (thí dụ: tiền bồi thường phải trả cho nạn nhân)

Shame sanction Shaming sentence Án phạt hạ nhục

Sanctionable Có thể chế tài

Sane Có đầu óc tỉnh táo Có lý trí phân biệt phải trái Sáng suốt

Sanity Sự sáng suốt

Sanity hearing *(Chữ khác: Competency hearing)* Phiên tòa xét định năng lực của bị cáo để được xét xử hay điều trị tại bệnh viện tâm thần

Satisfy a judgment, to Thi hành xong phán quyết của tòa

Satisfy the court, to Thuyết phục tòa

Satisfy the jury, to Thuyết phục hội thẩm đoàn

Saturday Night Special Súng mua ở chợ đen Súng mua ở hè phố

Scalping Bán vé chợ đen Buôn bán trái phiếu bất hợp pháp

Scam artist Kẻ chuyên đi lừa đảo người khác

Scapegoat Bung xung Vật tế thần

Scarlet letter punishment Án phạt hạ nhục

Scheme, to *(Chữ khác: To conspire To engineer To plot)* Âm mưu Mưu đồ

Shady scheme Kế hoạch mờ ám

Scofflaw Kẻ coi thường luật pháp (Thí dụ: dùng người gỗ mannequin ngồi trong xe để đánh lừa cảnh sát khi lái xe trên đường dành riêng HOV)

Screen, to Điều tra lý lịch

Sealed indictment Bản cáo trạng được niêm phong

Sealed records Hồ sơ được niêm phong (thiếu nhi phạm pháp)

Sealed verdict Bình quyết được niêm phong

Search and seizure Lục soát và tịch thu Quyền khám xét và tịch thu

Search warrant Lệnh lục soát Trát xét nhà hay cơ sở

> *A consent search* Việc khám xét được ưng thuận
>
> *Emergency search* Khám xét trong trường hợp khẩn cấp (không cần trát tòa)
>
> *Illegal search* Việc khám xét bất hợp pháp
>
> *Inventory search* Thủ tục khám xét toàn diện kẻ bị bắt giữ (tất cả giấy tờ hay vật dụng cá nhân trên người phải được tháo bỏ) trước khi tống giam
>
> *Protective search* Khám xét nghi can để bảo đảm an toàn cho cảnh sát
>
> *Reasonable search* Khám xét có căn cứ
>
> *Shakedown search* Khám xét trong tù để tìm đồ quốc cấm
>
> *Strip search* Khám xét bắt cởi quần áo
>
> *Unlawful search* Việc khám xét không đúng luật
>
> *Unreasonable search and seizure* Việc khám xét và tịch thu vô căn cứ

Secondhand evidence (Chữ khác: Hearsay) Bằng chứng nghe nói lại

Security An ninh Thế chấp

Securities fraud Gian lận về chứng khoán

Sedition Dùng hành động hay lời nói xúi giục làm loạn hay nổi loạn chống chính quyền

Seduce, to (Chữ khác: To bait To entice To lure) Dụ dỗ

Seduction Tội gạ gẫm tình dục

Seek remedy, to Đòi bồi thường Xin chấn chỉnh tình trạng

Segregate, to Tách riêng ra Cô lập

> *Punitive segregating* Biệt giam một tù nhân vì thiếu kỷ luật

Seize, to *(Chữ khác: To attach)* Sai áp Tịch biên Tịch thu

Seizure Sự sai áp Sự tịch biên

Self defense Lời bào chữa nêu lý do tự vệ Quyền tự vệ

Self delusion Sự tự dối lòng mình

Self denial Sự hãm mình Sự tự chế

Self destruction Tự hủy

Self evaluation Sự tự đánh giá Sự tự kiểm

Self examination Sự tự kiểm Sự tự vấn

Self incrimination Sự qui tội cho chính mình

Self indulgence Sự bê tha Sự buông thả

Self killing *(Chữ khác: Suicide)* Sự tự tử Tự vẫn

Self made Tự lập

Self-mutilation Tự gây thương tật cho chính bản thân

Self possessed Bình tĩnh

Self proclaimed Tự xưng

Self regard Tự trọng

Self reliant Dựa vào sức mình Tự lực cánh sinh

Self-representation Sự tự biện hộ

Self restraint Tự kiềm chế

Self righteous Tự đắc Tự cho mình là đúng

Self satisfied Tự mãn

Self serving Tự tôn

Self serving declaration Lời khai hay lời tuyên bố có tính cách tự tôn

Self starter Người có sáng kiến tự lập

Self surrender, to Tự đi trình diện nhà tù (để thi hành án toà)

Self willed Cứng đầu cứng cổ Khăng khăng Kiên định

Semen Tinh dịch

Sensory defect Sự khiếm khuyết về giác quan của nhân chứng

Sentence, to Kêu án Tuyên án *To pass a sentence* Ra án phạt Tuyên án

Sentence Bản án Án phạt
Accumulative sentence Bản án tổng hợp
Alternative sentence
Creative sentence Án phạt không phải nằm tù
Concurrent sentence Bản án song hành
Consecutive sentence Bản án tiếp nối
Deferred sentence Án tha tội với điều kiện
Determinate sentence
Definite sentence Fixed sentence Straight sentence Bản án chung thẩm (với hạn tù nhất định)
Indeterminate sentencing Việc tuyên

án không xác định hình phạt

Life sentence *Án chung thân*

Mandatory sentence *Án phạt bắt buộc theo luật định*

Maximum sentence *Án phạt tối đa*

Minimum sentence *Án phạt tối thiểu*

Nominal sentence *Án phạt trên danh nghĩa Bản án rất nhẹ*

Split sentence *Án phạt vừa nằm tù vừa bị quản chế*

Suspended sentence *Án treo*

Sentenced to time served Án phạt tương đương với thời gian đã nằm tù

Sentencing Kêu án Ra án phạt Tuyên án

Sentencing guidelines Tiêu chuẩn ra hình phạt tùy theo tội trạng và mức độ phạm pháp

Sentencing disparity Sự chênh lệch trong việc tuyên án đối với các phạm nhân cùng một tội phạm

Sentencing hearing Phiên tòa tuyên án

Sentencing phase Giai đoạn tuyên án

Sentencing range Khoản án qui định

Sentencing table Bảng tính điểm hình phạt

Separate count Tội danh riêng biệt

Separate maintenance Tiền cấp dưỡng cho người phối ngẫu trong thời gian ly thân

Separate offense Tội phạm riêng biệt

Separation Biệt cư Sự ly thân

Sequester, to Cách ly bồi thẩm hoặc nhân chứng trong thời gian xét xử

Sequestered jury Bồi thẩm đoàn bị biệt lập Bồi thẩm đoàn sống cách ly cho tới khi xét xử xong

Serial arson Tội đốt nhà hàng loạt

Serial killer Kẻ phạm tội giết người hang loạt

Serial murder (Chữ khác: Serial killing) Tội giết người hàng loạt Giết người liên tiếp

Serious crime Tội phạm trầm trọng

Serious offense Tội phạm trầm trọng

Serve, to Chấp hành Làm phận sự Thực hiện Thi hành Tống đạt

Serve an order, to Tống đạt án lệnh

Serve time, to Chấp hành án tù
Thụ hình

Serve a notice, to Tống đạt văn
thư

Serve a sentence, to Thi hành
bản án Thụ án

Serve an warrant, to Tống đạt
lệnh tòa

Serve a subpoena, to Tống đạt
lệnh hầu tòa

Service by publication Thông
báo cho bị đơn ra hầu toà (vì
không thể tống đạt văn thư
theo thủ tục thường lệ)

Service of process Sự tống đạt
lệnh toà
*Process server Người tống
đạt văn thư*

Service of summons Sự tống
đạt trát toà

**Service revolver (Chữ khác:
Service weapon)** Súng lục
hay súng tay của nhân viên
công lực

Set a precedent, to Tạo ra một
tiền lệ

**Set aside, to (Chữ khác: To
annul To void)** Tiêu huỷ
một phán quyết

Set aside a conviction, to Bác
bỏ việc kết tội

Setting Ấn định
*Case setting Phiên tòa
ấn định ngày giải quyết
nội vụ*
*Trial setting Phiên tòa
ấn định ngày xét xử*

Settlement conference Buổi
họp tìm cách hoà giải hay
thoả thuận giữa hai bên để
khỏi ra xét xử

Severance of defendants Tách
riêng các bị can để xét xử
riêng từng người một

Severity of punishment Sự
nghiêm khắc của hình phạt

Sex offense Tội phạm về tình
dục

Sex offender registration Lệnh
cho tội phạm tình dục phải
trình diện nhà chức trách
địa phương

Sexploitation Tổ chức kinh
doanh và bóc lột về tình dục
(thí dụ: bán sách báo phim
ảnh khiêu dâm)

Sex slave Tội bắt ép nạn nhân bị
bắt cóc phải hầu hạ đòi hỏi
dục tình của thủ phạm

Sex trade Việc buôn bán và
điều động nữ nạn nhân bị ép
buộc hành nghề gái điếm

Sexual abuse Sự bạo hành về
tình dục Sự lạm dụng về
tình dục Xâm phạm tình
dục

Sexual assault Xâm phạm tình
dục

Sexual contact with corpse Tội
xâm phạm tiết dục với xác
chết

Sexual exploitation Tội khai
thác và bóc lột tình dục đối
với nạn nhân trẻ em

Sexual harassment *(Chữ khác: Sexual advances)* Tội chọc ghẹo Tội sách nhiễu tình dục Xàm xỡ về tình dục

Sexual explicit Lộ liễu về mặt dâm đãng

Sexual impropriety Hành vi đồi bại

Sexual offense Tội phạm về tình dục

Sexual misconduct Hành vi đồi bại Hành vi hủ hoá

Sexual molestation Tội xâm phạm tiết hạnh

Sexual predator Kẻ phạm tội tình dục

Sexually violent predator Kẻ phạm tội về tình dục một cách hung bạo

Shackles *(Chữ khác: Chains)* Gông cùm Xiềng xích

Shadow, to Quan sát Theo dõi

Shadow a suspect, to Theo dõi kẻ tình nghi

Shady scheme Kế hoạch mờ ám

Shakedown *(Chữ khác: Shakedown search)* Khám xét trong tù để tìm đồ quốc cấm Lục soát phòng giam để tìm đồ quốc cấm

Shallow *(Chữ khác: Shortsighted Superficial)* Nông cạn Thiển cận

Sham Tội giả mạo Tội làm ăn bất chính Tội lừa đảo

Sham marriage *(Chữ khác: Green card marriage)* Hôn nhân giả tạo (với mục đích có thẻ xanh để sinh sống ở Mỹ)

Shame *(Chữ khác: Humiliation)* Nỗi ô nhục Sự xỉ nhục

Shame sanction *(Chữ khác: Shaming sentencing)* Án phạt hạ nhục

Shameful stance Thái độ đáng trách Thái độ nhục nhã

Shared custody *(Chữ khác: joint custody)* Quyền chia sẻ đồng đều trong việc giám hộ và nuôi dưỡng con

Shelter Nơi trú ẩn của nạn nhân bạo hành Nơi tạm trú cho người vô gia cư

Sheriff Cảnh sát trưởng quận hạt

Deputy sheriff

Under sheriff

Cảnh sát quận hạt

Shield laws Luật bảo vệ nhà báo khỏi phải tiết lộ nguồn hay gười cung cấp tin tức

Shifty Gian xảo Lừa lọc

Shill Cò mồi trong một canh bạc Trò bịp bợp để dụ khách chơi bạc

Shoplifting Tội ăn cắp đồ trong tiệm

Shortcoming *(Chữ khác: Defect Deficiency Flaw)* Khuyết điểm Sự thiếu sót

Shotgun Súng bắn đạn chày

Show cause hearing Phiên toà trưng cớ phiên toà trưng bày bằng chứng

Show cause order *(Chữ khác: Order to show cause)* Lệnh trưng bằng cớ Lệnh trình bày lý do

Shrapnel Mảnh đạn

Sidebar conference Hội kiến bên bục chánh án

Sight translation Dịch nói một văn bản (Một kỹ thuật thông dịch tài toà án)

Significant other Người tình

Silence may be interpreted as acquiescence Im lặng có nghĩa là bằng lòng chấp nhận

Silencer Ống hãm thanh

Simultaneous interpreting Dịch đồng thời (Một kỹ thuật thông dịch tại toà án)

Sinister scheme Âm mưu đen tối

Situation Cảnh ngộ Cục diện Tình hình Tình huống

Sketch of the suspect Bản vẽ phác hoạ nghi can

Skid marks Dấu vết bánh xe trên công lộ (sau khi thắng gấp)

Skimming Việc giấu bớt tiền bán hàng để trốn khai thuế

Skip bail, to *(Chữ khác: To jump bail)* Tội bỏ không ra hầu toà trong thời gian tại ngoại

Skyjacking Tội cướp máy bay

Skyjack Không tặc

Slammer *(Lóng)* Nhà tù

Slander Tội mạ lỵ Tội phỉ báng Vu cáo Vu khống bằng ngôn từ (lời nói)
Libel: Tội vu cáo trên báo chí, truyền thông

Slanderous Vu cáo Vu khống bằng lời nói

Slavery trading Tội buôn bán nô lệ
White slavery: Việc buôn bán nữ nô lệ da trắng

Slay, to Giết người

Smoke bomb *(Chữ khác: Smoke grenade)* Lựu đạn cay Lựu đạn khói

Smoking gun Bằng chứng để hạ đối thủ

Smuggling Tội buôn lậu

Snatching Chụp giật cướp giật

Sobriety test Thử hơi rượu
Field sobriety test: Thử hơi rượu của nghi can tại chỗ

Sodomy Tội loạn dâm

SODDI defense (*S*ome *o*ther *d*ude *di*d *i*t) Bào chữa bằng cách đổ lỗi cho một đệ tam nhân vô danh

Sole legal custody Được độc quyền giám hộ và nuôi dưỡng con

Solicit, to Khẩn khoản Mời mua hàng Nài nỉ Gạ gẫm mua dâm

Solicitation Tội mại dâm

Soliciting Tội làm gái điếm

Solidarity Đoàn kết Liên đới

Solicitor general Phó Bộ Trưởng Tư Pháp

Solitary confinement Sự biệt giam

Sordid Bẩn thỉu Nhơ nhớp Nhớp nhúa

STBX "Soon To Be Ex" Đang qua thủ tục ly dị và sắp sửa thành chồng cũ hay vợ cũ

Sovereign immunity Quyền đặc miễn khỏi bị thưa kiện

Spaced out Lơ mơ Nửa tỉnh nửa mơ

Special grand jury Đại bồi thẩm đoàn đặc biệt với thẩm quyền hạn chế

Specific intent Ý định cụ thể

Specific performance Lệnh chấp hành cụ thể khi sự thiệt hại không được đền bù một cách tương xứng

Spectator Khán giả Người mục kích

Speculate, to Đầu cơ Suy đoán

Speeding Tội lái xe quá tốc độ

Speedy trial Việc được xét xử đúng hạn kỳ Xét xử trong thời gian luật định

Spendthrift Người ăn tiêu phung phí

Split sentence Án phạt một phần nằm tù và một phần bị quản chế

Spoils Đồ cưỡng chiếm qua hành vi phi pháp

Spontaneous statement Lời phát biểu thiếu suy xét

Spontaneous utterance *(Chữ khác: Excite utterance)* Lời nói Lời phát biểu thiếu suy xét trong lúc bấn loạn

Spousal abuse Bị chồng hay vợ hành hạ hay ngược đãi

Spousal immunity *(Chữ khác: Marital exemption)* Quyền đặc miễn phối ngẫu

Spousal support Cấp dưỡng cho người phối ngẫu

SRA Sentencing Reform Act Đạo luật canh cải về việc tuyên án

Stage, to Dàn dựng

Stage an accident Dàn dựng một tai nạn

Stage a case Bày đặt ra Dàn dựng ra vụ án

Stakeout *(Chữ khác: surveillance)* Thủ tục điều tra của cảnh sát dưới hình thức quan sát và kiểm thính

Stalking Rình rập (Lén lút theo dõi)

Stance *(Chữ khác: Position Posture)* Lập trường

Stand trial Ra trước tòa để được xét xử

Standard of proof Tiêu chuẩn trưng bằng chứng

Standard of evidence Qui tắc đưa ra bằng chứng

Standard of law *(Chữ khác:*

Legal standard) Tiêu chuẩn pháp lý

Standing Địa vị Có vị thế trong vụ tranh chấp

Good standing: Có uy tín Ở vị thế tốt

Stare decisis Qui tắc tiền lệ

State of mind Lối suy nghĩ Trạng thái tinh thần

Statement Lời khai

Consistent statement Lời khai trước sau như một Lời khai thuần nhất

Exculpatory statement Lời khai xoá tội

Inculpatory statement Lời khai qui tội

False statement Lời khai gian Lời khai không đúng sự thực

Sworn statement Lời khai hữu thệ

Statement of facts Trình bày về sự kiện của vụ án

Statement of law Kết luận dựa trên căn bản luật pháp

Statement of particulars *(Chữ khác: Bill of particulars)* Việc trình bày các chi tiết của vụ án

Status offenses Các vi phạm của thiếu nhi, trẻ vị thành niên (Thí dụ: Tội trốn học, tội bỏ nhà ra đi, vv...)

Statute Đạo luật Điều luật do quốc hội lưỡng viện thông qua

Statute of limitations *(Chữ khác: Equitable principles of laches)* Đạo luật qui định thời hạn có thể truy tố Thời hiệu

Statutory crime Phạm tội qui chế

Statutory law *(Chữ khác: Legislative law)* Luật do lập pháp ban hành Luật thành văn

Statutory obligation Cam kết theo luật định

Statutory rape Tội hiếp dâm trẻ vị thành niên

Stay, to Đình chỉ Đình hoãn Đình lại Hoãn thi hành

Stay of execution Đình chỉ Hoãn thi hành việc hành quyết tử tội

Stay of judgment Đình chỉ thi hành phán quyết

Stay of proceedings Đình chỉ việc kiện cáo Đình chỉ việc truy tố Đình chỉ thủ tục pháp lý

Steal, to Ăn cắp

Stick-up *(Chữ khác: Hold-up)* Vụ ăn cướp có súng

Stigma Vết nhơ

Criminal stigma: Vết nhơ tội lỗi

Sting operation Vụ gài bẫy để chộp cổ kẻ phạm tội

Stipulated Được tương thuận

Stipulation Sự ghi nhận tương thuận Sự thỏa thuận giữ hai bên

Stolen property Tài sản ăn cắp

Stop and frisk Chận lại và khám xét không cần lệnh tòa

> ***Investigatory stop***
> ***Terry stop*** *Cảnh sát chận lại và khám xét một cá nhân khi tình nghi*

Stop and identify Chận lại và hỏi tên tuổi (Một thủ tục cảnh sát tại một số TB như Florida, Louisiana và New York)

Stolen property offenses Các tội phạm về đồ mất cắp, đồ ăn trộm

Stowaway Kẻ đi lậu trên xe/tầu (không mua vé)

Straitjacket Áo kiềm giữ tù nhân hung bạo Áo kiềm giữ người điên

Strangling Bóp cổ

Street gang Bằng đảng trên hè phố

Street crime Tội hè phố

Strength Ưu điểm

Strict liability crimes Các tội phạm có trách nhiệm rõ ràng (thí dụ: phế thải chất độc bất hợp pháp)

Strike, to Gạch bỏ

Strike a bargain, to Đạt được sự thỏa thuận

Strike a blow, to Đánh một đòn chí tử

Strike from the record, to Gạch bỏ Xóa bỏ khỏi biên bản

Strike Điểm xấu trên hồ sơ lý lịch hình sự Một gạch (Một lần phạm trọng tội– theo luật bất quá tam)

> ***Three strikes and you are out*** *Bị tù chung thân nếu bị kết án ba lần phạm tội đại hình*
> ***Three strikes law*** *Luật bất qúa tam*

Striking evidence Bằng chứng hùng hồn

Strip search (*Chữ khác: Visual search*) Khám xét tù nhân hoặc kẻ tình nghi bắt lột hết quần áo (để tìm đồ quốc cấm)

Strongarm robbery Tội dùng vũ trang để ăn cướp

Stumbling block Chướng ngại vật

Stun gun Súng làm choáng váng bất tỉnh Súng làm tê liệt nạn nhân

Subject Nghi can

Submit, to (*Chữ khác: To suggest*) Đề nghị Đệ trình Gợi ý

Subordinate Thuộc hạ

Suborn, to Xúi giục ai làm điều gian dối

Subornation of perjury Tội xúi
giục người khác làm chứng
gian

Subpoena Trát đòi ra hầu toà
(làm nhân chứng)

Subpoena duces tecum Trát
đòi xuất trình tài liệu

Subrogation Sự thế quyền

Subservient Lệ thuộc

Substance Căn bản Cốt lõi
Thực chất

Substance abuse Sự lạm dụng
về dược chất Sự nghiện
ngập

**Substance abuse evaluation
and treatment** Giám định
về việc nghiện ngập và điều
trị

Substantiate, to Minh chứng

Substantiate a charge Phải
chứng minh được lời buộc
tội

Substantial Có thực chất Đáng
kể Quan trọng Trọng yếu

Substantial evidence Bằng
chứng đáng kể Bằng chứng
quan trọng

Substantiate a claim, to Phải
chứng minh được việc khiếu
nại

**Substantive crime *(Chữ khác:
Substantive offense)*** Tội
phạm chủ yếu

Substantive law Luật thực tại
Luật nội dung

Substantive offense Tội phạm
chủ yếu

Subversive activity Hành động
phá hoại

Succession Sự thừa kế

Sue, to Thưa kiện

**Sue someone, to *(Chữ khác:
To bring a lawsuit against
someone)*** Kiện ai

Suffer, to Đau khổ Gánh chịu

Suffering Sự chịu đựng Sự
gánh chịu

Pains and sufferings Sự
đau đớn và chịu đựng

Suggestive interrogation Lối
khảo cung gợi ý

**Suggestive question *(Chữ
khác: Leading question)***
Câu hỏi gợi ý

Suicide Tự tử Tự vẫn

Attempted suicide Toan
tính tự tử

Assisted suicide Tự tử
được sự tiếp giúp

Suicidal Có ý tự tử Muốn tự tử

Summary judgment Phán
quyết theo thủ tục đơn giản
(dân sự tố tụng)

Summary conviction Phán
quyết của phụ thẩm về tội
phạm tiểu hình hoặc vi cảnh

Summon Trát lệnh ra hầu tòa
(vì bị tố giác) Giấy triệu hồi
Giấy triệu tập

Superior court Tòa Thượng
Thẩm

Supervised visitation Viếng
thăm con dưới sự giám sát
của đệ tam nhân

Supplant, to Hất cẳng

Support *(Chữ khác: Backing)* Hậu thuẫn Hỗ trợ Yểm trợ

Support order Lệnh trả tiền cấp dưỡng

Suppress, to Dẹp bỏ bằng chứng Loại bỏ bằng chứng Tiêu hủy bằng chứng

Suppression hearing Phiên tòa xét định việc loại bỏ hoặc tiêu hủy bằng chứng

3.5 hearing: Phiên toà nhằm xin xét định việc loại bỏ lời khai của nghi can với cảnh sát lúc bị bắt

3.6 hearing: Phiên toà xin xét định trường hợp có sự nhận diện sai lầm về danh tính của bị can

Supplement Bổ sung

Supreme court Tòa án tối cao Tối Cao Pháp Viện

Surety bond Cam kết của người bảo lãnh cho tại ngoại

Surplus *(Chữ khác: Excess)* Đồ thặng dư Sự thặng dư

Surrender of bail Trả lại tiền thế chân do đầu thú

Surrogate mother Người đàn bà chửa mướn Người sanh nở mướn

Surveillance Thủ tục điều tra của cảnh sát dưới hình thức quan sát và kiểm thính

Electronic surveillance

Wiretap surveillance Kiểm thính hoặc nghe lén bằng dụng cụ điện tử

Survey, to Nghiên cứu Thăm dò

Suspect Kẻ bị tình nghi Nghi can

- *Evasive suspect Nghi can tránh né*
- *Uncooperative suspect Nghi can không hợp tác*

Suspended sentence Án treo

Suspicion Sự khả nghi Sự ngờ vực Trường hợp khả nghi

Suspicious character Kẻ bị nghi ngờ

Sustain an injury, to Bị thương

Sustain an objection, to Chấp thuận Cho phép lời phản đối của luật sư đưa ra trong phiên xử

Swear, to *(Chữ khác: To take an oath)* Tuyên thệ

Sworn statement: Lời khai hữu thệ

Sweatshops Hãng xưởng bóc lột lao công

Sweating Lối khảo cung bất hợp pháp của cảnh sát bằng cách đe dọa, dọa dẫm

Swindle, to Khuynh đảo Khuynh loát Lường gạt Sang đoạt

Swindler Kẻ khuynh đảo

Swindling Sự lừa đảo

Switchblade Loại lưỡi dao có thể bật ra để tấn công

Sworn statement Lời khai hữu
thệ
Sycophant Kẻ bợ đỡ Kẻ xu
nịnh (để mong được ân huệ)
Syndicate Công đoàn Tập đoàn
Organized crime syndicate
Organized crime
enterprises Tập đoàn tội
phạm có tổ chức

T t

Tacit admission (Chữ khác: Implied admission) Mặc nhiên nhìn nhận

Tactful handling Sự xử trí khôn khéo

Tacit consent (Chữ khác: Implied consent) Mặc nhiên ưng thuận

Tagging "Cắm dùi" Lãnh địa hoạt động của băng đảng

Tailing Bám sát Theo sát nút

Tainted Có tì vết Ô uế Nhơ bẩn

Tainted evidence Bằng chứng không được chấp nhận (vì được thu thập một cách bất hợp pháp)

Take effect, to Có hiệu lực kể từ

Take issue with, to Không đồng ý

Take possession of Chiếm hữu

Take the stand, to Lên ghế nhân chứng

Take under advisement, to Dành lại để hậu xét

Taking a motor vehicle without permission (Chữ khác: Unauthorized use of a motor vehicle) Tội ăn cắp xe Tội lấy xe của người khác mà không có sự đồng ý của chủ nhân

Taking into custody Bị câu lưu

Taking the Fifth (Chữ khác: Pleading the Fifth) Hành xử quyền không tự qui tội cho mình

Tamper with, to Đút lót Hối lộ Xâm phạm

Tamper with, to Bí mật sửa đổi Mua chuộc

Tampering with an evidence Bí mật sửa đổi bằng chứng

Tampering with a witness is a criminal offense Can thiệp, đe dọa, mua chuộc một nhân chứng là một hình tội

Tangible evidence Bằng chứng cụ thể

Tantrum (Chữ khác: An outburst of bad temper) Cơn thịnh nộ

Tap a phone, to (Chữ khác: To bug a phone) Gài máy vào điện thoại để kiểm thính

Tapping (Chữ khác: Wiretapping) Kiểm thính

bằng cách nghe lén trên đường giây điện thoại

Target language Ngôn ngữ được chuyển dịch

Taser "Roi điện" Súng làm tê liệt phản ứng

Taste *(Chữ khác: Liking)* Thị hiếu

Tax evasion Tội trốn thuế

Tax fraud Tội gian lận thuế

Tax intercept Thủ tục chận giữ chi phiếu tiền thuế hoàn lại (để trả vào tiền cấp dưỡng còn thiếu)

Telemarketing fraud Tội bịp bợp và gian trá qua cách tiếp thị bằng điện thoại

Temporal law Luật đời Luật thế tục

Temporary relief Quyền lợi được bảo vệ tạm thời trong khi chờ đợi phán quyết chung kết của tòa

Temporary ward Trẻ em được toà giám hộ tạm thời

Tenacious Khư khư Kiên quyết

Terminate a contract, to Bãi ước Huỷ bỏ một khế ước

Terry stop *(Chữ khác: Stop and frisk)* Cảnh sát có quyền chận lại và khám xét nghi can (không cần lệnh tòa)

Testify, to Làm chứng

Testimonial Chứng thư xác nhận một sản phẩm tốt

Testimony Lời chứng Lời khai của nhân chứng

Affirmative testimony

Positive testimony Lời chứng xác thực

Expert testimony Lời chứng của chuyên gia

False testimony Lời chứng gian

Lay opinion testimony Lời chứng của người thường (không phải chuyên gia)

Non-verbal testimony Lời chứng qua hình ảnh hay biểu đồ

Written testimony Lời chứng được ghi lại qua buổi truy vấn hữu thệ

Theft Tội ăn cắp

Theft by deception Tội ăn cắp tài sản bằng cách lừa đảo

Theft by extortion *(Chữ khác: Larceny by extortion)* Tội ăn cắp bằng cách đe dọa

Computer theft Tội ăn cắp lý lịch cá nhân bằng cách xử dụng máy vi tính

Cyber theft Tội ăn cắp lý lịch cá nhân trên internet

Employee theft Tội ăn cắp bởi nhân viên

Petty theft Tội ăn cắp vặt

Theft of services Tội ăn cắp công lao dịch vụ của người khác qua sự lừa đảo(thí dụ: ăn không trả tiền; không trả tiền thuê khách sạn, không trả tiền thuê nhà, mua xăng rồi bỏ chạy)

Theory of thin skull injury Lý thuyết về người dễ bị thương

Threat Mối đe dọa
To pose a threat: Đe dọa Hăm dọa

Threat of harm Tội đe doạ làm hại ai

Threaten, to Đe dọa

Threatening Sự đe dọa

Three-piece suit (handcuffs, waist chain and leg irons) "Bộ đồ nghề" dành cho tù nhân đại hình (gồm còng tay, xích lưng và cùm chân)

Three strikes law *(Chữ khác: Three strikes and you out)* Luật bất quá tam

Threshold question Câu hỏi có tính cách cơ bản hoặc nền tảng

Throw the book at, to Kêu án khắt khe để làm gương Trừng phạt nghiêm ngặt kẻ phạm pháp để răn đe

Thug Kẻ côn đồ

Ticket scalper Kẻ đầu cơ vé bán

Till tapping Ăn cắp tiền khỏi máy tính tiền

Time served Thời gian đã nằm tù
Good time: *Được tính bớt thời gian nằm tù vì có hạnh kiểm tốt*

Tip Tin mách riêng

Tip off, to Ngầm báo cho biết

Tire marks Vết đen đậm của bánh xe in lại trên đường vì thắng gấp

Tolerance Dung thứ Chịu thuốc (không bị phản ứng)

Tort *(Chữ khác: A civil wrong)* Dân sự phạm Lỗi dân sự Sự phạm luật dân sự

Track *(Chữ khác: Trail)* Hành tung

Track down, to Tầm nã Truy lùng Truy nã

Tracking device Máy truy tầm tung tích của phạm nhân

Trading with the enemy Tội giao thương với kẻ thù

Traffic citation *(Chữ khác: Ticket)* Giấy phạt vi cảnh

Traffic infraction Tội vi phạm luật lưu thông

Traffic violation Vi cảnh Vi phạm luật lưu thông

Trafficking Buôn lậu
Drug trafficking *Buôn lậu đồ quốc cấm (xì ke ma tuý)*
Human trafficking *Tội buôn người*

Trajectory Đạn đạo

Tramp Kẻ đĩ thõa Kẻ lãng tử

Transcript 1. Biên bản ghi nguyên văn (thí dụ: diễn tiến phiên xử do tốc ký viên ghi lại) 2. Bản sao lục

Transfer hearing *(Chữ khác: 1. Certification hearing 2. Decline hearing)* Phiên toà xác định việc thuyên chuyển thiếu nhi phạm pháp lên toà người lớn để được xét xử

Transpire, to Chứng tỏ Diễn ra Xẩy ra

Transvestile Kẻ thích mặc quần áo phụ nữ để tìm khoái cảm

Treason Tội phản quốc

Treatise Chuyên luận Luận án Sách tham khảo một đề tài về pháp luật

Treatment Cách cư xử Cách đối xử Cai nghiện hay sự điều trị

Alcohol treatment Cai rượu

Preferential treatment Ưu đãi

Drug treatment Cai thuốc

Trespass, to Xâm nhập bất hợp pháp Xâm nhập vùng cấm địa Xâm phạm tài sản riêng

Trespasser Kẻ xâm nhập

Criminal trespass: Tội xâm nhập gia cư, cơ sở bất hợp pháp

Trespassing Tội xâm nhập trái phép

Trial Phiên xử Sự thử thách

Bifurcated trial (Chữ khác Two- stage trial) Phiên xử hai giai đoạn cùng một tội trạng

Joint trial Xử chung các can phạm

Speedy trial Được xét xử nhanh chóng, đúng hạn kỳ

Unitary trial Phiên xử duy nhất một giai đoạn (thay vì hai giai đoạn)

Trial brief Bản tóm lược luận cứ của luật sư đệ trình thẩm phán trước khi xử

Trial by jury *(Chữ khác: Jury trial)* Xử bởi hội thẩm đoàn

Trial de novo Phiên xử lại Phiên xử mới

Trial lawyer Luật sư bào chữa

Trial notebook Tập hồ sơ và sổ ghi tiến trình vụ án do luật sư thiết lập

Trial setting Phiên toà ấn định ngày xét xử

Trial to the bench *(Chữ khác: Bench trial Trial before the court Non-jury trial)* Phiên xử bởi thẩm phán (không xử bởi hội thẩm đoàn)

Tribunal Hội đồng thẩm phán Toà án giáo hội

Trick *(Chữ khác: Gimmicks)* Mánh lới Mưu mẹo Xảo thuật

Tricking Tội bán dâm trong tù phụ nữ

Trier of fact Xét xử căn cứ trên sự kiện thực tại

Trounce, to Nhừ tử Thất bại nặng nề Thua đậm

Truancy Tội trốn học

Truant Kẻ trốn học

True bill Cáo trạng do đại bồi thẩm đoàn chuẩn y

True colors *(Chữ khác: True face)* Chân tướng Lộ chân tướng

True copy Sao y bản chính

Truncheon Dùi cui ngắn của cảnh sát

Trust Sự phó thác Sự tín thác Sự ủy thác

> ***Breach of trust*** *Bội tín*
> ***Deed of trust*** *Chứng thư ủy thác*

Trustee Người được ủy thác quản lý tài sản giữ trong trương mục tín thác

Truthfulness *(Chữ khác: Veracity)* Sự chân thật

Turmoil *(Chữ khác: Chaos Confusion)* Tình trạng rối loạn

Turpitude Tình trạng sa đọa

> ***Moral turpitude*** *Tình trạng sa đọa về luân lý Tội phạm về đạo đức luân lý*

Twelve-step treatment program Chương trình cai nghiện 12 giai đoạn

U u

Ulterior intent *(Chữ khác:
Motive)* Động lực Động lực
ngầm không nói ra
Unauthorized use of a vehicle
Tội xử dụng xe không được
phép của chủ nhân
Unbundled legal service *(Chữ
khác: Unbundling)* Dịch
vụ pháp lý thực hiện trong
phạm vi hạn chế
Uncharged incident Nội vụ
không bị truy tố
Unconditional pardon Đại xá
Unconditional release Được
phóng thích không có điều
kiện
Unconscionable Ngược với
lương tâm Đáng trách
Unconscious Bất tỉnh
Unconstitutional Không hợp
hiến
Uncontested Không tranh cãi
Uncontested divorce Ly dị
không tranh cãi (vì không
có các vấn đề "chia con, tiền
bạc và tài sản")
Uncovered Bị phát hiện Bị lộ
tẩy Bị vạch trần

Undeniable Hết chối cãi Không
chối cãi được
Under advisement Đang được
cứu xét Dành để hậu xét
Under age Dưới tuổi Vị thành
niên
Underage drinking Tội uống
rượu dưới tuổi luật định
Under constraint Bị cưỡng
bức
Undercover agent *(Chữ khác:
Undercover officer)* Nhân
viên công lực chìm Cảnh sát
chìm
Underground economy Buôn
bán bất hợp pháp để trốn
thuế Buôn lậu
Underground press Báo chí
chống chính phủ
Underhand *(Chữ khác: Fishy
Shady)* Ám muội
Underlying charge Cáo trạng
căn bản
Undermine, to Phá hoại
Under pretense Lấy cớ Viện cớ
Under reservations Dưới thái
độ dè dặt
Under surveillance Đang bị
theo dõi

Undersheriff *(Chữ khác:*
Deputy sheriff) Cảnh sát
quận

Undertaking Điều cam kết

Under the influence Say rượu
Say thuốc

Underworld Thế giới tội phạm

Undisciplined child *(Chữ*
khác: Incorrigible child)
Đứa trẻ bất trị Đứa trẻ ngỗ
nghịch Đứá trẻ vô kỉ luật

Undisputed fact *(Chữ khác:*
Uncontested fact) Sự kiện
đã được chấp nhận Sự kiện
không tranh cãi

Undocumented Không đủ giấy
tờ hợp pháp

Undocumented immigrant
(Chữ khác: Illegal
immigrant) Di dân bất hợp
pháp

Undue Quá đáng Thái quá

Undue degradation Hạ nhục
hay làm mất danh dự người
khác một cách quá đáng

Undue hardship Sự khó khăn
chịu đựng thái quá

Undue influence Ảnh hưởng
hay kiểm soát quá đáng Áp
lực thái quá

Undue prejudice Gây thiên
kiến quá mức

Unequivocal Không mập mờ
Khẳng định Không nhầm
lẫn được

Unethical conduct Hành vi trái
với tác phong và tư cách
nghề nghiệp

Unfair Bất công Không công
bằng Không công minh

Unfair and deceptive practice
Làm ăn có tính cách gian
dối, lừa đảo phương hại tới
giới tiêu thụ

Unfettered discretion Quyền
chuyên quyết không giới
hạn

Unfit Không đủ năng lực
Không đủ tư cách

Unfit parent Người cha (hay
mẹ) không đủ năng lực hay
tư cách để nuôi giữ con

Unfounded *(Chữ khác:*
Baseless Groundless
Without foundation) Không
có căn cứ Không có lý do
chính đáng Vô căn cứ

Unilateral Đơn phương

Unilateral act Hành động đơn
phương

Unilateral move Quyết định
đơn phương

Uniform code Bộ luật

Violation of uniform code of
controlled substance act
(VUCSA): Vi phạm luật về
đồ quốc cấm

Universal Phổ quát Được mọi
người chấp nhận

Unjust Bất chính Không công
minh

Unlawful Bất hợp pháp Trái
luật

Unlawful act Hành vi trái luật

Unlawful assembly Sự tụ họp
bất hợp pháp

Unlawful detainer Sự chiếm
ngụ bất hợp pháp

Unlawful discharge of laser
Tội phóng tia sáng laser bất
hợp pháp

Unlawful entry Xâm nhập bất
hợp pháp

**Unlawful flight to avoid
prosecution** Tội cố tình bỏ
trốn công lý khỏi tiểu bang
hoặc bỏ trốn ra nước ngoài

Unlawful search Việc khám xét
không đúng luật

Unlawful sexual contact Tội
quan hệ tình dục bất hợp
pháp

Unmarked police car Xe tuần
của cảnh sát chìm (không vẽ
phù hiệu)

Unofficial Không chính thức

Unopposed Không có đối thủ

Unprovoked Không bị khiêu
khích

Unpunished Không bị trừng
phạt

Unqualified Không đủ tư cách

Unquestionable Không thể chối
cãi được

Unreasonable Quá đáng Vô lý

Unreasonable search and Sự
khám xét và bắt giữ cách
quá đáng Việc khám xét và
tịch thu vô căn cứ

Unregulated Không được qui
định

Unreliable evidence Bằng
chứng không đáng tin cậy

Unrest *(Chữ khác: Riot)* Phiến
động

Unsecured bail bond Tiền thế
chân không có bảo chứng

Unsettled Chưa ngã ngũ Chưa
được giải quyết

Unsound Không bình thường
Không lành mạnh

Unsolved crime Tội phạm chưa
được giải quyết, vì thủ phạm
chưa bị bắt hoặc chưa bị kết
án

Untenable Không thể biện hộ
được

Until the contrary is proved
Cho tới khi có bằng chứng
ngược lại

**Unwitting *(Chữ khác: Not
knowing Unaware)*** Không
hay biết Vô tình

Unwitting offender Kẻ phạm
pháp vì không biết luật

Unwritten law Luật bất thành
văn

Uphold Duy trì Tán thành Xác
nhận

Upstanding citizen Một công
dân lương thiện

Upward departure Cách tính
điểm gia tăng hình phạt
Tăng điểm hình phạt

Urban riots Các vụ bạo loạn trong thánh phố

Urinalysis Thử nước tiểu để truy tầm dược chất bị cấm (Thí dụ: xì ke hoặc thuốc không có toa bác sĩ)

US Magistrate Judge Phó thẩm phán Phụ thẩm Liên bang

Use and possession Người cha (hoặc mẹ) được quyền giám hộ con sẽ được toà cho phép tiếp tục xử dụng căn nhà đang ở

Use of deadly force Xử dụng vũ khí có thể gây chết người

Use of force Xử dụng vũ lực trong việc bắt giữ kẻ tình nghi

Improper use Lạm dụng Xử dụng không đúng qui định

Usurp, to Tiếm đoạt Tiếm quyền

Usury law Luật cấm cho vay nặng lãi

US Attorney Công tố viên liên bang

US District Court Tòa án khu vực liên bang

US District Judge Thẩm phán liên bang

US Magistrate Judge Phụ thẩm liên bang

Utter, to Thốt ra

Utterance Lời thốt ra

V v

Vacate, to Bãi bỏ Bỏ trống Huỷ bỏ Rời bỏ

Vacate a building, to Bỏ trống một cơ sở

Vacate a judgment, to Bãi bỏ một phán quyết Hủy bỏ một phán quyết Thâu hồi một phán quyết

Vacate an order, to Bãi bỏ một lệnh truyền Thâu hồi án lệnh

Vacated sentence Bản án bị huỷ bỏ do phán quyết của tòa

Vagrancy Đi lang thang Lêu lổng Không nhà cửa Không có công ăn việc làm Tội sống lang thang lêu lổng

Vagrant Kẻ đi lang thang vô định

Valid in law Có giá trị Có hiệu lực pháp lý

Valid reason Lý do chính đáng

Validate, to Hợp thức hóa

Validation Sự hợp thức hóa

Value Gía trị

  Evidential value *Có gía trị làm bằng chứng*

  Face value *Giá trị bề mặt*

Voluntary manslaughter Giết người vì bất cẩn trong lúc nóng giận

Vandalize, to Phá hoại tài sản của người khác

Vandal Kẻ phá hoại tài sản bằng cách đập phá hoặc viết bẩn, bôi bẩn lên một họa phẩm, một công thử

Vandalism Tội phá hoại tài sản công hay tư

Variance *(Chữ khác: Variation)* Sự mâu thuẫn giữa hai lời khai hay tài liệu

Vehicular assault Tội hành hung bằng xe

Vehicular homicide Tội gây tử thương cho người khác vì bất cẩn hoặc lái xe không có giấy tờ hợp lệ

Vehicular manslaughter Tội ngộ sát vì lái xe bất cẩn cấp nặng

Vendetta Mối hận thù giữa hai giòng họ

Venire *(Chữ khác: Jury pool)* Danh sách ứng viên hội thẩm

Venue Nơi xét xử

Veracity *(Chữ khác: Truthfulness)* Sự chân thực

Verbatim Theo đúng nguyên văn

Verdict Bình quyết Phán định Phán quyết của bồi thẩm đoàn

> ***Directed verdict***
> ***Instructed verdict*** *Phán quyết của thẩm phán trên phán quyết của bồi thẩm đoàn*
> ***False verdict*** *Phán quyết ngược với bằng chứng và có thể bị hủy bỏ bởi thẩm phán*
> ***Guilty verdict*** *Phán quyết có tội*
> ***Reach a verdict, to*** *Đạt được phán quyết*

Versus (v or vs) Đối tụng Chống So với Đối với

Vicarious liability Liên đới trách nhiệm Cấp trên chịu trách nhiệm vì hành phi phạm pháp của cấp đưới

Vice Tật xấu Tệ đoan

Vice crimes Các tội phạm liên quan tới tệ đoan xã hội

Vice squad Đội kiểm tục

Victim *(Chữ khác: Crime victim)* Nạn nhân của tội ác

Victim advocate Cán sự giúp nỡ nạn nhân về các dịch vụ tư vấn và thủ tục pháp lý

Victim and witness protection program Chương trình bảo vệ nạn nhân và nhân chứng

Victim assessment Tiền phạt đóng vào quỹ giúp nạn nhân

Victim compensation Việc bồi thường cho nạn nhân

Restitution: Tiền bồi thường thiệt hại cho nạn nhân

Victim impact statement Lời khai của nạn nhân về tác động của tội phạm trong buổi tuyên án của bị can

Victim panel (Phạm nhân) phải giáp mặt với nạn nhân

Video surveillance Việc giám sát và theo dõi bằng thiết bị máy quay phim

View Quan điểm Ý kiến

View of an inquest Việc đi thanh sát của hội thẩm đoàn tại phạm trường

Vigilant *(Chữ khác: On the alert)* Cảnh giác

Vigilante Người trả thù kẻ phạm pháp (tự hành xử luật pháp không qua chính quyền)

Villain Kẻ côn đồ Kẻ dữ Kẻ hung ác

Vindicate, to Giải oan Làm sáng tỏ Minh oan

Vindictive *(Chữ khác: vengeful)* Có tính cách thù oán

Vindictive prosecution Truy tố có tính cách thù oán

VINE Victim Identification and Notification Everyday Chương trình thông báo 24/24 trên toàn quốc, cho các nạn nhân tội ác về diễn tiến và kết qủa hình sự của các can phạm

VNS Victim Notification System Hệ thống thông báo cho nạn nhân tội ác về diễn tiến và kết quả hình sự của các can phạm Liên bang.

Violation Sự phạm pháp sự vi phạm

Violation of privacy Sự vi phạm cuộc sống riêng tư của người khác Vi phạm đời tư

Violation of the law Vi luật

Violation of uniform code of controlled substance act (VUCSA) Vi phạm luật về đồ quốc cấm

Violence Sự bạo động Sự bạo lực

> ***Domestic violence Family violence*** *Sự bạo hành trong gia đình*

Violent act *(Chữ khác: Violent behavior)* Hành vi bạo lực

Violent crime *(Chữ khác: Violent offense)* Tội bạo hành

Visitation right Quyền thăm viếng con (hay cháu) của cha(hay mẹ) hoặc của ông bà nội (hay ngoại)

Visual search *(Chữ khác: Strip search)* Bắt cởi hết quần áo để xét người

Voice exemplar Thử mẫu giọng nói để so sánh với giọng nói trong băng (mục đích: xác nhận danh tánh nghi can)

Voice identification Nhận diện giọng nói (qua dụng cụ điện tử)

Voiceprint Mẫu âm điệu của cá nhân để xác nhận danh tánh

Void *(Chữ khác: Null and void)* Không còn hiệu lực pháp lý

Voire dire Diện vấn Thủ tục diện vấn trong khi lựa chọn bồi thẩm đoàn Khảo sát ứng viên hội thẩm

Voluntary commitment Tự đi điều trị

Voluntary manslaughter Giết người không có ác ý, vì bị khiêu khích hoặc đang khi bị say sưa

Voluntary sentencing guidelines *(Chữ khác: advisory guidelines)* Nguyên tắc chỉ đạo (chỉ có

tính cách hướng dẫn và đề
nghị) trong việc tuyên án

Voluntary surrender Tự ra đầu
thú Tự ra trình diện

Voyeur *(Chữ khác: Peeping
Tom)* Kẻ nhìn trộm người
khác đang tắm hay thay
quần áo

Voyeurism Tội nhìn trộm, nhìn
lén để thỏa mãn nhục dục

Vulnerable Dễ bị lợi dụng vì
yếu thế

W w

"WANNABE" Want-to-be Kẻ muốn gia nhập băng đảng Kẻ mới gia nhập băng đảng "Lính mới tò te" muốn bắt chước đàn anh trong băng đảng

Wager Đánh cá cược

Waive, to *(Chữ khác: To give up)* Khước từ Từ bỏ quyền hạn

Waiver of counsel Khước từ Từ bỏ quyền có luật sư

Waiver of rights Từ bỏ quyền hạn

Waiver of speedy trial Từ bỏ quyền được xét xử đúng thời hạn

Wanted person Kẻ bị truy nã

Wanton Ám hại cách vô cớ Hết sức cẩu thả với ác ý ám hại ai

Wanton act of murder Hành động sát nhân vô cớ

Wanton disregard of the consequences to human life Ác ý ám hại không cần biết tới hậu quả gây ra cho nhân mạng

Wanton mischief Gây thiệt hại vô cớ

Wanton murder Giết người vô cớ Giết người bừa bãi

Wantonness Bất kể hậu quả Vô cớ

Wanton and reckless misconduct Hành vi bạt mạng và coi rẻ sinh mạng người khác

War crimes Tội phạm chiến tranh

Ward Trẻ em hoặc người khuyết tật (mất năng lực) được đặt dưới quyền giám hộ

> *Permanent ward Trẻ được tòa giám hộ vĩnh viễn (cha mẹ bị tước quyền)*
>
> *Temporary ward: Trẻ được tòa giám hộ tạm thời (cha mẹ chưa bị tước quyền)*

Ward of the court Đứa trẻ được tòa giám hộ

Warden Cảnh sát kiểm lâm

Warden Giám thị trại giam

Warrant Trát tòa

Arrest warrant Warrant of arrest Lệnh bắt giữ Lệnh tầm nã
Bench warrant Lệnh truy nã vì không ra hầu tòa
Death warrant Lệnh hành quyết
Recall warrant Thu hồi lệnh truy nã
Extradition warrant Lệnh dẫn độ
Escape warrant Lệnh truy nã kẻ vượt ngục
Motion to quash the warrant Kiến nghị xin thâu hồi lệnh truy nã
Outstanding warrant Lệnh truy nã còn hiệu lực
Search warrant Lệnh lục soát
Weapon Khí giới Vũ khí
Concealed weapon Vũ khí dấu kín
Deadly weapon Lethal weapon Vũ khí có thể gây chết người
Weapon enhancement Gia tăng án phạt vì có xử dụng vũ khí khi phạm pháp
Weigh the evidence, to Cân nhắc chứng cứ
Weight clause Điều khoản về việc oa trữ đồ quốc cấm với trọng lượng lớn

Weight of the evidence Giá trị của bằng chứng Sự quan trọng của bằng chứng
Welfare fraud Tội gian lận về tiền trợ cấp
Wellfounded fear of persecution Nỗi lo sợ chính đáng việc có thể bị bách hại hoặc ngược đãi
Whereabouts Hành tung (không biết người đó đang ở đâu) Tung tích
Whim Tính thất thường Ý thích chợt đến
Whipping Nhục hình (bằng cách bị đánh bằng roi vọt)
Whistleblower Kẻ tố cáo việc làm phi pháp của cấp trên
White-collar crime Tội "cổ trắng" Tội phạm về thương mại (thí dụ: biển thủ, gian lận, hối lộ, tham nhũng vv...)
White slavery Bắt gái da trắng làm nghề đĩ điếm Bắt gái da trắng làm nô lệ
Wife beating Tội đánh đập vợ
Willful Cố ý Có chủ ý Cố tình Rắp tâm
Willful murder Tội giết người có chủ ý Giết người cố ý (Không có trường hợp giảm khinh)
Willful and wanton *(Chữ khác: Willful indifference to the safety of others)* Cố

165

tình làm ngơ trước sự an toàn của người khác

Willfulness *(Chữ khác: Legal willfulness)* Cố tình phạm pháp và coi thường pháp lý

Willful wrong Sai lầm cố ý Cố ý làm sai

Willfully and knowingly Rắp tâm và biết rõ

Wirefraud Lừa đảo bằng đường dây điện thoại hoặc qua các phương tiện điện tử

Wiretapping *(Chữ khác: Bugging Eavesdropping)* Kiểm thính bằng nghe lén điện thoại

With impunity *(Chữ khác: Without punishment)* Không bị phạt vạ

With intent Với ý định Với ý đồ

With prejudice Được bãi án vĩnh viễn

Within the law Trong khuôn khổ luật định

Without prejudice Có thể được xét xử lại

Without foundation *(Chữ khác: Baseless Groundless Unfounded)* Vô căn cứ

Withholding of evidence Dấu giữ lại Không xuất trình bằng chứng(một hình thức cản trở công lý)

Withholding the truth Dấu diếm sự thực

Without consent Không có sự ưng thuận

Witness Người chứng

Adverse witness Nhân chứng đối tịch

Hostile witness

Turncoat witness Nhân chứng thù nghịch Nhân chứng không hợp tác

Corroborating witness Nhân chứng cung cấp lời khai phù hợp và xác nhận lời khai của nhân chứng khác

Character witness Nhân chứng về tư cách và địa vị của bị can

Credible witness Nhân chứng đáng tin cậy

Defense witness Nhân chứng bên bị can

Eye witness Chứng kiến

Expert witness Nhân chứng chuyên gia

Hostile witness Nhân chứng đối nghịch

Lay witness Nhân chứng thường (không có sự hiểu biết chuyên môn)

Material witness Nhân chứng quan trọng

Prosecution witness Nhân chứng chính phủ Nhân chứng bên biện lý

Qualified witness *Nhân chứng đủ tư cách*

Rebuttal witness *Nhân chứng dùng để phản bác bằng chứng*

State's witness *Nhân chứng bên chính phủ Nhân chứng bên biện lý Nhân chứng "nhà nước"*

Witness box *(Chữ khác: Witness stand)* Bục nhân chứng Ghế nhân chứng

Witness bribery Hối lộ nhân chứng

Witness intimidation Dọa dẫm nhân chứng Hăm dọa nhân chứng

Witness protection program Chương trình bảo vệ nhân chứng

Witness tampering Đe dọa Hù họa Mua chuộc nhân chứng

Wobbler Tội phạm có thể bị cáo buộc vào tội tiểu hình hay đại hình

Woo, to Chạy theo danh vọng Gạ gẫm Tán tỉnh

Work furlough program *(Chữ khác: Work release program)* Chương trình tù ban đêm Chương trình cho phép tù nhân ban ngày đi làm, buổi tối cắm trại

World Court Tòa án thế giới (giải quyết các vụ tranh chấp quốc tế hoặc xét xử tội phạm chiến tranh)

Writ Chiếu chỉ Lệnh tòa Thượng lệnh

Writ of certiorari Lệnh chuyển hồ sơ vụ án lên tòa phúc thẩm

Writ of error Phán quyết của Tòa Phúc Thẩm liên quan tới sự sai lầm về điểm pháp lý của tòa dưới

Writ of garnishment Lệnh chiết lương để trả tiền cấp dưỡng

Writ of habeas corpus Lệnh câu thúc thân thể Lệnh mang tù nhân ra toà để xét xem việc câu thúc thân thể có hợp pháp hay không

Writ of injunction Lệnh cấm thi hành một công tác nào đó

Writ of summons Lệnh phải xuất trình tài liệu trước toà

Written testimony Lời chứng được ghi lại qua buổi truy vấn hữu thệ

Wrongdoer Kẻ phạm luật

Wrongdoing Sự vi phạm luật

Wrongful act *(Chữ khác: Wrongful conduct)* Hành vi sai trái

Wrongful arrest Bắt lầm người

XYZ xyz

Young offender *(Chữ khác: Youthful offender)* Thiếu niên phạm pháp

Youth detention center Trại giam thiếu niên phạm pháp

Youthful offender treatment Hồ sơ thiếu nhi phạm pháp (dưới 16 tuổi) được niêm phong và bảo mật

Zealous witness Nhân chứng hồ hởi, nói huyên thuyên và có sự thiên vị với một trong hai bên đối tụng

Zero tolerance law Luật không dung thứ Luật không có trường hợp ngoại trừ Luật trừng trị thẳng tay

Zip gun Một loại khí cụ dùng như vũ khí nhỏ để phóng đạn

Zone search Thủ tục truy lùng nghi can bằng cách chia phạm trường ra từng khu vực nhỏ

APPENDIX 1

MIRANDA WARNING

Quyền Của Người Bị Bắt Theo Án Lệ Miranda

1. **You have the right to remain silent and refuse to answer questions. Do you understand?**

   Quí vị có quyền giữ im lặng và từ chối trả lời các câu hỏi. Quí vị có hiểu không?

2. **Anything you say may be used against you in a court of law. Do you understand?**

   Bất cứ những gì quí vị khai nói có thể được dùng để chống lại quí vị tại toà án xét xử. Quí vị có hiểu không?

3. **You have the right to consult an attorney before speaking to the police and to have an attorney present during questening now or in the future. Do you understand?**

Quí vị có quyền tham khảo với một luật sư trước khi cung khai với cảnh sát và có luật sư hiện diện trong khi thẩm vấn bây giờ hoặc trong tương lai. Quí vị có hiểu không?

4. **If you cannot afford an attorney, one will be appointed for you before any questioning if you wish. Do you understand?**

   Nếu quí vị không đủ khả năng thuê mướn luật sư, một luật sư (cãi thí) sẽ được chỉ định cho quí vị trước bất cứ lời thẩm vấn nào nếu quí vị muốn. Quí vị có hiểu không?

5. **If you decide to answer questions now without an attorney present you still have the right to stop answering at any time until you talk to an attorney. Do you understand?**

   Nếu quí vị quyết định trả lời các câu hỏi bây giờ khi không có luật sư hiện diện quí vị vẫn có quyền ngưng trả lời bất cứ lúc nào cho tới khi tham khảo với một luật sư. Quí vị có hiểu không?

6. **Knowing and
   understanding your rights
   as I have explained them
   to you, are you willing
   to answer my questions
   without an attorney
   present?**

   *Với sự hiểu biết về quyền
   hạn như đã giải thích, vậy
   quí vị có sẵn sàng trả lời
   các câu hỏi của tôi mà
   không cần có sự có mặt của
   luật sư không?*

APPENDIX 2

CONSTITUTIONAL RIGHTS

Quyền Hiến Định của Người Bị Xét Xử

1. **The right to a speedy and public trial by an impartial jury in the county where the crime is alleged to have been committed;**

   Quyền được xét xử nhanh chóng và công khai bởi một hội thẩm đoàn vô tư trong quận hạt nơi hình tội đã bị cáo buộc là vi phạm;

2. **The right to remain silent before and during trial, and the right to refuse to testify against myself;**

   Quyền được giữ im lặng trước và trong khi xử, và quyền từ chối làm chứng chống lại chính mình;

3. **The right at trial to testify and to hear and question the witnesses who testify against me;**

   Quyền được cung khai lời chứng tại phiên xử, quyền nghe và vặn hỏi các chứng nhân khai chống lại ta;

4. **The right at trial to have witnesses testify for me. These witnesses can be made to appear at no expense to me;**

   Quyền có nhân chứng đứng ra làm chứng cho ta tại phiên xử. Các nhân chứng này được lệnh ra toà mà ta không phải trả một sở phí nào;

5. **The right to be presumed innocent until the charge is proven beyond a reasonable doubt or I enter a plea of guilty;**

   Quyền được coi như vô tội cho tới khi tội trạng được chứng minh ngoài nghi vấn hợp lý hoặc khi ta đồng ý ký kết lời khai nhận tội;

6. **The right to appeal a determination of guilt after a trial.**

   Quyền chống phán quyết buộc tội sau khi bị xét xử.

APPENDIX 3

Terms used in CRIME SCENE INVESTIGATIONS

Từ dùng trong các cuộc điều tra tại phạm trường và trong phòng giảo nghiệm

Abrasion Vết trầy trụa
- *Sliding abrasion Da bị bong ra vì bị bóp cổ hay tự tử bằng cách treo cổ*
- *Stamp abrasion In vết hình của đồ vật đánh vào nạn nhân*
- *Patterned abrasion Do hình hoạ trên quần áo dính vào da nạn nhân*

Abrasion collar Vết trầy trụa chung quanh vết thương do đạn gây ra

Accelerant Hoá chất rất dễ bén lửa

Accelerant detection dog Một loại chó đánh hơi dùng để dò tìm hoá chất đốt nhà

Acidosis Tình trạng acid gia tăng trong máu

Algor mortis Nhiệt độ thay đổi sau khi chết

Analysis Giảo nghiệm phân tích bằng chứng

- *Ballistic analysis*
- *Blood analysis*
- *DNA analysis*
- *Fingerprint analysis*
- *Tool mark and impression analysis*

Analytical instruments Các dụng cụ để dò tìm dấu vết vật chứng hay chứng cứ

Anthropometry Chuyên khoa giảo nghiệm kích thước của xương để xác định danh tánh nạn nhân

Arson Tội phạm đốt nhà Tội phóng hoả

Arson investigation tests Các giảo nghiệm trong cuộc điều tra tội đốt nhà
- *Gas chromatography test Giảo nghiệm để dò tìm dầu đốt hay khí đốt*
- *Mass spectroscopy test Giảo nghiệm toàn bộ quang phổ*

Arson reasons Các lý do phóng hoả
- *Covering the tracks Che lấp vết tích trên phạm trường*
- *Insurance fraud Tội khai man để đòi tiền bảo hiểm*
- *Psychological reasons Lý do tâm lý (thích đùa với lửa)*
- *Revenge Đốt nhà để trả thù*

- **Suicide or murder** *Tự tử hay giết người*
- **Terrorism** *Tội khủng bố*

Artefacts or Artifacts Vật dụng tìm được trên xác chết để nhận diện danh tính người chết

Asphyxia Tình trạng thiếu hoặc không có dưỡng khí trong tế bào (vì chết đuối, điện giật, hít hơi độc, ngộp thở)

Asphyxiation Tình trạng bị ngộp thở (có thể bị ngất xỉu hoặc chết) vì thiếu dưỡng khí trong máu

Assailant Hung thủ

Astute examiner Giảo nghiệm viên tinh khôn

Authenticity of a document Sự xác định chính gốc của tài liệu nguyên bản

Autopsy *(Chữ khác: Autopsy examination Postmortem examination)* Giảo nghiệm tử thi
- **Forensic autopsy** *Giảo nghiệm tử thi để tìm nguyên nhân cái chết bức tử (điều tra hình sự)*
- **Medical autopsy** *Giảo nghiệm để tìm ra căn nguyên bệnh trạng gây ra cái chết*

Autopsy report Bản bá cáo kết quả giảo nghiệm tử thi

Ballistic analysis Phân tích đạn đạo

Ballistics crime lab Phòng giảo nghiệm hình sự về đạn đạo

Behavioral profile Hồ sơ đặc loại về hành vi phạm pháp

Biotransformation Biến thể từ hoá chất này sang hoá chất khác

Bitemark Vết cắn

Blood analysis Phân tích để tìm ra loại máu

Blood crust Máu khô đóng thành vảy

Blood droplet Giọt máu

Blood poisoning Máu nhiễm chất độc

Blood pool Vũng máu

Blood sample Mẫu máu để thử nghiệm

Bloodshed Sự chém giết Sự đổ máu

Blood smears Vệt máu quệt trên người hay đồ vật

Blood splattering Giọt máu rớt bắn tung toé

Bloodstain Nhuốm máu

Bloodstain pattern Hình thể máu nhuốm hiện trên vật thể

Bloodstained clothing Quần áo có dính máu

Blow Cú đánh

Blunt force trauma Chấn thương vì bị tấn công bởi vật dụng cùn nhụt
- **Bruise** *Bị bầm dập*
- **Contusion** *Chấn thương ở đầu*

Blunt object Vật dụng cùn nhụt

173

hay không có cạnh sắt bén

Bludgeoning victim Nạn nhân
bị đánh đập tới chết

Bodily fluids Các chất lỏng trên
người
- *Blood Máu*
- *Saliva Nước bọt*
- *Semen Tinh dịch*

Bullet hole Lỗ hổng do đầu đạn
xuyên qua

Cadaveric spasm Bức tử Chết
cứng

Causes of death Các nguyên
nhân đưa đến cái chết
*(Natural, Accidental,
Suicidal, Homicidal)*

**Cerebral contusion trauma to
the brain** Bị chấn thương
óc (vì sọ nạn nhân bị đập
bể)

Choking Bị chết ngộp Bị ngộp
thở (xẩy ra trong khí quyển)

Choking death Chết ngộp (vì
tai nạn, vì nhiễm độc nặng,
vì bị giết hoặc thiếu dưỡng
khí)

CODIS *(Combined DNA
Indexing System)* Hệ thống
thiết lập danh mục nhiễm
sắc thể

Contusion Bị chấn thương ở
đầu

Cordone off, to Thiết lập rào
cản chu vi phạm trường để
điều tra

Corpus delicti Tang vật tội thể

Crack Vết rạn nứt

- *Concentric cracks Các
vết nứt hình xoắn ốc*
- *Radial cracks Các vết
nứt hình nan quạt*

Crime lab Phòng giảo nghiệm
tội phạm

Crime of opportunity Tội
phạm theo cơ hội

Crime of passion Tội phạm
xẩy ra giữa lúc cuồng nhiệt

**Crime scene investigator
(Chữ khác: Crime scene
technician Criminalist)**
Điều tra viên phạm trường

Crime scene reconstruction
Tái tạo phạm trường để điều
tra

Crime trends Các khuynh
hướng về tội phạm

Criminal Intelligence Analyst
Chuyên gia phân tích và lập
thống kê về tình trạng phạm
pháp

Criminal profiler Chuyên gia
thiết lập đặc loại tội phạm

Criminalist *Specialized
Forensic Personnel* Chuyên
gia giảo nghiệm hình sự
- *Crime scene
investigator Chuyên
viên điều tra phạm
trường*
- *Document examiner
Giảo nghiệm viên tài
liệu*
- *Firearms examiner
Giảo nghiệm viên vũ khí*

- **Laten print examiner**
  *Chuyên viên dấu tay
  tiềm ẩn*
- **Toolmark examiner**
  *Chuyên viên nhận diện
  dấu vết của vật dụng
  trên người nạn nhân*
- **Trace evidence
  examiner** *Chuyên viên
  giảo nghiệm các tang
  vật hay vật chứng thu
  lượm tại phạm trường*

Criminologist Chuyên gia
nghiên cứu về tội phạm

Dead body *(Chữ khác:
Corpse)* Tử thi

Death Cái chết Sự chết

- **Brutal and senseless
  death** *Cái chết dã man
  tàn bạo và phi lý*
- **Grisly appearing death**
  Cái chết trông rùng rợn
- **Sudden death
  Unexpected death**
- *Bất đắc kỳ tử*
- *Cái chết bất ngờ Cái
  chết đột ngột*
- **Suspicious death** *Cái
  chết khả nghi*
- **Traumatic death** *Cái
  chết do chấn thương (vì
  tai nạn, tự tử hay bị giết)*
- **Violent death**
  *Bức tử Cái chết vì bạo
  hành*

Death investigator (DI)
Chuyên viên điều tra về cái

chết

Decapitated (Nạn nhân) bị chặt
đầu

Decedent Người mới chết (Nạn
nhân vụ án mạng)

Decomposition of body *(Chữ
khác: The rate of decay of
body)* Sự rữa nát của tử thi

Document examination Giảo
nghiệm về tài liệu (phân tích
tuồng chữ) để xác định danh
tánh nghi can

DNA analysis Phân tích nhiễm
sắc thể (trong máu, tế bào,
lông, tóc)

DNA Identification Việc xác
định nhiễm sắc thể DNA

DNA profile Hồ sơ đặc loại
nhiễm sắc thể

Dissection of the organ Cắt ra
từng mảnh của bộ phận để
giảo nghiệm Mổ xẻ để giảo
nghiệm

Drug overdose Tình trạng dùng
thuốc quá độ (gây ra hôn mê
hoặc cái chết)

**Emergency medical
technician** Chuyên viên y tế
cấp cứu

Evidence Chứng cứ Tang vật

- **Biological and physical
  evidence** *Chứng cứ sinh
  vật và bằng chứng vật
  thể*
- **Forensic scientific
  evidence** *Chứng cứ qua
  khoa giảo nghiệm*

- *Trace evidence Chứng cứ do các vật thể hay vết tích để lại phạm trường hoặc trên người nạn nhân v.v…*

Evidentiary burden Trách nhiệm dẫn chứng

Evidentiary value Giá trị của bằng chứng chứng cứ

Exhume the body, to Quật mồ theo lệnh toà để tái giảo nghiệm tử thi

Exsanguination Tình trạng chảy máu tới chết Sự mất máu nhiều

Eye fluid *(Chữ khác: Vitreous humor)* Nước mắt

Fingernail scraping Vết cào xước của móng tay trên người nạn nhân hoặc hung thủ

Fingerprint characteristics Các dấu tích trên ngón tay

- *Friction ridges (hills) Các đường nổi trên ngón tay*
- *Grooves Các đường rãnh (chìm) trên ngón tay*

Fingerprint patterns Các loại dấu tay

- *Plain arch Dấu tay hình cung*
- *Tented arch Dấu tay hình túp lều*
- *Single Loop Dấu tay hình vòng đơn*

- *Double loop Dấu tay hình vòng kép*
- *Central pocket loop Dấu tay có hình vòng ở giữa*
- *Accidental*
- *Spiral whorl Dấu tay hình xoắn ốc*

Fit of rage Cơn điên loạn Cơn giận dữ

Footprint Dấu chân

Forensic anthropology Chuyên gia giảo nghiệm về xương

Forensic entomologist Chuyên gia giảo nghiệm về côn trùng

Forensic epidemiologist Chuyên gia giảo nghiệm bệnh dịch

Forensic firearm examinaer Giảo nghiệm viên vũ khí

Forensic Identification Research Services (FIRS) Sở Truy Tầm Căn Cước Giảo Nghiệm

Forensic Information System For Handwriting (FISH) Hệ Thống Dữ Liệu Giảo Nghiệm về Chữ Ký hay Thủ Bút

Forensic immunogogist Chuyên gia giảo nghiệm miễn dịch

Forensic neuropathologist Chuyên gia giảo nghiệm về thần kinh

Forensic odontologist Chuyên

gia giảo nghiệm nha khoa

Forensic pathologist Chuyên gia giảo nghiệm pháp y

Forensic photographer Nhiếp ảnh viên giảo nghiệm

Forensic psychiatrist Chuyên gia giảo nghiệm bệnh tâm thần

Forensic psychologist Chuyên gia giảo nghiệm tâm lý kẻ phạm pháp

Forensic sample Mẫu giảo nghiệm

Forensic scientist Khoa học gia giảo nghiệm

Forensic serologist Chuyên gia giảo nghiệm về các loại máu

Forensic toxicologist Chuyên gia giảo nghiệm về độc dược

Fracture Gẫy xương
- *Angulation fracture Xương bị gẫy cong*
- *Circular fracture Sọ bị bể theo hình tròn*
- *Compression fracture Xương bị gây vì sức ép mạnh*
- *Depressed skull fracture Sọ bị bể lún sâu vào đầu*
- *Linear fracture Sọ bị nứt một đường*
- *Rotational fracture Xương bị gẫy quăn hoặc xoắn lại*
- *Stellate fracture Sọ bị*

bể có hình ngôi sao

Gruesome (*Chữ khác grisly*) Khủng khiếp Rùng rợn

Gunshot residue (GSR) Cặn bột súng bám vào người hoặc quần áo

Gunshot residue analysis Giảo nghiệm cặn bã của bột súng

Handwriting analysis Giảo nghiệm tuồng chữ

Hanging markings Dấu vết bị treo cổ
- *Neck markings Vết lằn trên cổ*
- *Furrow pattern Dấu vết của dây thừng buộc cổ*

Homicidal choking death Chết ngộp vì bị nhét giẻ vào mồm

Hot spots Các điểm nóng (Nơi có nhiều vụ phạm pháp)

Indented writing Tuồng chữ in lún xuống trang dưới trong xấp giấy (trong cuộc điều tra các chứng cứ nghi can để lại nơi phạm trường)

Investigation teams Các toán điều tra
- *Crime scene investigation team Toán điều tra tại phạm trường*
- *Legal team Toán điều tra pháp lý*
- *Postmortem team Toán giảo nghiệm*
- *Evidence team Toán thu thập bằng chứng*

Intoxication Tình trạng bất tỉnh

hay hôn mê

- ***By carbon monoxide*** *Vì thán khí*
- ***By water*** *Vì uống quá nhiều nước*

Integrated Ballistics Identification System (IBIS) Hệ Thống Liệt Kê Danh Bộ Đạn Đạo

Killer Kẻ giết người

- ***Mass killer Mass murderer*** *Kẻ giết người tập thể*
- ***Multiple killer Serial killer*** *Kẻ giết người liên tiếp*
- ***Spree killer*** *Kẻ giết một hay hai nạn nhân tại các địa điểm khác nhau*

Ligatures Vật dụng dùng để trói buộc hay treo cổ nạn nhân

Lividity Vết tím bầm

Livor mortis Vết tím bầm trên tử thi

Medicolegal investigation Điều tra trong ngành pháp y

Microscope *(An analytical instrument)* Kính hiển vi trong phòng giảo nghiệm

Painstaking examination Giảo nghiệm hết sức cẩn trọng và tỉ mỉ

Poisoned by air Hít phải khí độc (Hít phải khói hay thán khí)

Police interrogator Nhân viên lấy khẩu cung tại sở cảnh sát Nhân viên tra vấn

Police radio scanner Máy dò tìm băng tần thông tin của cảnh sát

Postmortem blood pooling Máu đọng lại trong tử thi

Predatory motives Các động lực phạm pháp

- ***Conscious motive*** *Động lực có ý thức (Thí dụ: Đánh cướp tiền bạc của cải)*
- ***Unconscious motive*** *Động lực tiềm ẩn (Thí dụ: Hành hung để trả thù vì ôm hận)*

Profiler Chuyên gia thiết lập hồ sơ đặc loại

- ***Geographic profiler*** *Chuyên gia điều nghiên và phân tích các khu vực điểm nóng về phạm pháp*
- ***Psychological profiler*** *Chuyên gia thiết lập hồ sơ đặc loại về tâm lý kẻ phạm pháp*

Psychological evaluation Giám định tâm lý

Rigor mortis Tình trạng lạnh cứng của xác chết

Safecracker Kẻ gian phá mở két bạc

Sequence of event Diễn tiến của nội vụ

Shoreprints *(Chữ khác: Shoe*

impressions) Dấu dầy của nghi can tại phạm trường

Smothering Chết vì ngạt thở (nạn nhân bị hung thủ dùng gối hoặc bao nhựa để chận hơi thở)

Stage a crime scene, to Dàn dựng hay ngụy tạo phạm trường

Strangulation Sự bóp cổ bằng tay Sự bóp nghẹt

Succumb to injuries Chết vì trọng thương

Suffocation Bị ngộp vì thiếu dưỡng khí trong buồng phổi

Swab Que bông để lấy mẫu giảo nghiệm

Tire tracks Dấu vết bánh xe tại phạm trường

Toxic substance Chất độc

Toxilogical findings Bá cáo kết quả giảo nghiệm về độc chất

Toxilogical testing Thử nghiệm các động chất

Traumatic injury Vết thương do chấn động mạnh

Wounds Các loại vết thương

- *Contact wound* Vết thương do súng tự nhiên phát nổ Vết thương bị đạn chạm nổ
- *Contused wound* Vết thương bị bầm dập
- *Gunshot wound* Vết thương vì bị bắn
- *Incised wound* Vết thương bị rạch
- *Lacerated wound* Vết thương rách
- *Penetrating wound* Vết thương đâm thủng
- *Punctured wound* Vết thương châm
- *Stab wound* Vết thương bị dao đâm

Wear pattern of shoes Kiểu mòn của giầy

Wear pattern of tires Kiểu mòn của bánh xe

APPENDIX 4

Terms used in **DOMESTIC VIOLENCE CASES**

Các vụ bạo hành trong gia đình

Acts of abuse *(Chữ khác:* **Abusive behavior)** Hành động bạo hành

1. **Emotional abuse** *Hành hạ tinh thần:* **shame, insult, ridicule, embarrass, demean, belittle** *(hạ nhục, xỉ nhục, chế nhạo, làm hạ phẩm giá, coi rẻ),* *calling names (dùng những lời chửi bới để hạ nhục):*
   a. **fat:** *mập thù lù*
   b. **lazy:** *lười biếng*
   c. **stupid:** *ngu xuẩn*
   d. **bitch:** *đồ chó đẻ*
   e. **silly:** *ngớ ngẩn*
   f. **ugly:** *xấu xa*
   g. **failure:** *"chẳng làm nên cơm cháo gì", đồ ăn hại*
   h. **worthless:** *vô dụng*
   i. **unfit mother:** *người mẹ không xứng đáng*
   j. **undeserving:** *không xứng đáng*
   k. **unwanted:** *đồ bỏ*

2. **Physical abuse** **Physical battery** *Bạo hành Đánh đập Hành hạ thể xác:* **injure, hurt** *(gây thương tích, làm cho bị thương),* **endanger** *(gây nguy hiểm),* **causing physical pain** *(làm đau đớn thân xác)*
   a. **beating:** *đánh đập*
   b. **burning:** *đốt nhà Gây phỏng nặng cho nạn nhân*
   c. **choking:** *bóp cổ*
   d. **hitting:** *đánh*
   e. **kicking:** *đá*
   f. **locking out:** *khoá cửa không cho vô*
   g. **punching:** *đấm thụi*
   h. **pushing:** *đẩy*
   i. **restraining:** *khống chế*
   j. **shoving:** *xô đẩy mạnh*
   k. **slapping:** *tát*
   l. **throwing things:** *ném liệng*

3. **Psychological abuse** *(Chữ khác:* **Controlling)** *Các hành động khống chế và kiểm soát nạn nhân*
   a. **using economic abuse:** **using economic coercion**

áp lực kinh tế, kiểm
soát tiền bạc

b. **using coercion and
threats**: *cưỡng ép và
đe dọa,*

c. **using intimidation:**
uy hiếp,

d. **using emotional
abuse**: *hành hạ tinh
thần,*

e. **using male
privilege**: *đóng vai
trò chủ nhân ông và
coi nạn nhân như
đầy tớ,*

f. **using children as
pawns in the power
play**: *dùng con cái
để gây mặc cảm cho
nạn nhân (đe dọa
giữ con),*

g. *Coi nhẹ sự thống
khổ của nạn nhân,
đổ lỗi cho nạn nhân,*

h. **using isolation**: *cô
lập và kiểm soát
từng hành động và
ước muốn của nạn
nhân*

4. **Sexual abuse** *Bạo hành
về tình dục:*

a. **Forcing so to
engage in sexual
acts** *cưỡng ép làm
tình*

b. **Forcing so to
have sex without**

protection *cưỡng ép
làm tình mà không
được xử dụng dụng
cụ ngừa thai,*

c. **Sexual domination**
không chế tình dục

d. **Causing victims
feeling demeaned,
humiliated,
uncomfortable** *khiến
nạn nhân cảm thấy
thấp hèn, nhục nhã
và khó chịu*

**Abuser (Chữ khác: Abusive
person)** Kẻ bạo hành

Aggressive Thích gây hấn
Hung hãn **(Ex: Man is
inherently aggressive)**

Anger management Cách kiềm
chế cơn giận

Assailant Hung thủ Kẻ hành
hung

Assault Tội hành hung
1. **Physical assault**
2. **Verbal assault**

Assault of a child Hành hung
trẻ em

**Assault with intent to commit
rape** Hành hung với ý định
hiếp dâm

Atrocious Hung bạo Tàn ác

Atrocious cruelty Sự nhẫn tâm
tàn bạo

Attack, to Công kích Tấn công

**Bad-mouth, to (Chữ khác:
Abuse verbally)** Lăng mạ
Nói xấu Xỉ nhục

Batterer Manipulator Kẻ bạo hành Kẻ không chế

Battery of property/pets Phá huỷ vật tư hay súc vật nuôi trong nhà

Battered women syndrome Hội chứng người phụ nữ bị bạo hành

Battering victim Nạn nhân bị đánh đập

Beating Sự đánh đập

Bimbo Lời nhục mạ người đàn bà (đẹp nhưng ngu đần)

Broken family Gia đình tan vỡ

Bruised Bị trầy da Bị bầm dập

Brutality Sự tàn bạo

Bullet-proof vest Áo chắn đạn

Burning Đốt nhà

Cajole, to Gạ gẫm Nịnh hót

CASA Court Appointed Special Advocates Chuyên gia xã hội do Toà chỉ định lo việc bảo vệ và bênh vực quyền lợi của trẻ em bị ngược đãi

Child custody Sự giám hộ con trẻ Việc nuôi giữ con

Clerk's action required Cần sự thi hành của lục sự

Coercion Tội cưỡng ép

Cohabitant Người sống chung

Contact Direct of indirect contact Sự liên lạc/tiếp xúc trực tiếp hay gián tiếp

Contentious relationship Sự quan hệ có nhiều xích mích (nhiều bất đồng hay cãi vã)

Control, to Subjugate Bắt phải khuất phục Khống chế, kiểm soát nạn nhân

Control tactics Mưu chước, phương cách khống chế nạn nhân

Counselor Cố vấn Người hướng dẫn tinh thần

Creep Tên lưu manh đáng sợ

Criminal mistreatment Tội ngược đãi

Criminal trespass Tội xâm nhập bất hợp pháp

Cringe, to Co rúm lên vì sợ

Criticism Sự chỉ trích
Unrelenting criticism and fault finding Không ngớt chỉ trích và bắt lỗi

Cruelty to animals Sự đối xử dã man và tàn bạo đối với súc vật nuôi trong nhà

Cuss word Chữ chửi thề
To use a cuss word Chửi thề

Custodial interference Tội ngăn trở việc nuôi nắng và giám hộ con cái

Custodial parent Người cha (hoặc mẹ) có quyền giám hộ

Dating relationship Quan hệ bồ bịch

Debauchery Ăn chơi trác táng

Degrade, to Hạ nhục

Depressed Chán đời Chán nản

Disfunctional family Gia đình có lối sống bất thường

Distrust, to Bất tín Không tin tưởng

Domestic partner Kẻ cặpđôi sống chung trong nhà

Domestic violence Sự bạo hành trong gia đình

Dominate and control Khống chế và kiểm soát nạn nhân

Drive-by shooting Tội bắn súng từ trong xe đang di chuyển

Electronic bracelet Còng điện tử để kiểm soát kẻ phạm tội bạo hành

Electronic monitoring Sự kiểm soát bằng còng điện tử

Emotional abuse Bạo hành về tinh thần

Emotional distress *(Chữ khác: Emotional harm)* Sự thống khổ về tinh thần

Extreme anxiety Cực kỳ lo lắng và xao xuyến

Fear Sự sợ sệt

Frustration Sự bực mình Sự nản lòng Sự thất vọng Sự vỡ mộng

Gratifying the lust Thoả mãn lòng ham muốn (dục vọng)

Harassment Tội đe doạ hay quấy phá liên tục

Harassing phone calls Các cú điện thoại gọi để đe dọa hay quấy phá nạn nhân

Homicide by abuse Tội giết người Tội sát nhân do bạo hành

In a fit of anger Trong lúc giận giữ Trong cơn giận

Indignity Sự khinh miệt

Inflict bodily injury, to Gây thương tích Gây thương tật cho nạn nhân
1. *Crippled*: bị đánh thành què quặt
2. *Disfigured*: bị mất hình dạng
3. *Maimed*: bị tàn phế
4. *Traumatized*: bị chấn thương

Intentional infliction Cố tình gây thiệt hại cho nạn nhân

Intimate partner Người chung sống với quan hệ tình cảm mật thiết (sống như vợ chồng)

Intra-family cases Các vụ bạo hành và loạn luân trong gia đình

Jilted Bị bỏ rơi Bị tình phụ

Kidnapping of a child Tội bắt cóc con

Lewd act with child Xâm phạm tiết hạnh trẻ em

Livid, to Giận tái người

Malicious mischief Tội phá phách

Manslaughter or murder Tội ngộ sát Tội giết người

Marital rape Bị chồng cưỡng dâm

Mental instability Sự bất ổn về tinh thần (hay bị lo lắng, xao xuyến vì sợ sệt)

Molesting Xúc phạm tình dục

Name calling Chửi bới Chửi
rủa

Noncustodial parent Phụ
huynh kh ông có quyền
giám hộ Phụ huynh không
có quyền nuôi giữ con

Order for protection Lệnh bảo
vệ

1. *Full protection order:
   Lệnh bảo vệ toàn bộ*
2. *Temporary protection
   order: Lệnh bảo vệ tạm
   thời*
3. *Domestic violence no-
   contact order: Lệnh cấm
   liên lạc với nạn nhân vì
   phạm tội hình sự về bạo
   hành trong gia đình (do
   công tố viên xin)*
4. *Domestic violence
   protection order: Lệnh
   bảo vệ nạn nhân vì có sự
   bạo hành trong gia đình
   (luật gia đình)*
5. *Family law restraining
   order Civil protection
   order: Lệnh cấm giao
   tiếp trong khi nạn nhân
   vô đơn xin ly dị, ly thân,
   xin cấp dưỡng cho con,
   chờ quyết định phụ hệ*
6. *Anti-harassment order:
   Lệnh cấm đe dọa, phá
   quấy nạn nhân*
7. *Harassment no-contact
   order Lệnh cấm đe dọa
   nạn nhân về hình sự (do*

công tố viên xin)
8. *Abused child
   restraining order: Lệnh
   cấm không được liên
   lạc, tiếp xúc, đe dọa trẻ
   bị bạo hành (do chính
   thẩm phánTòaThiếu Nhi
   chỉ thị, hoặc do người
   giám hộ xin)*
9. *Vulnerable adult
   protection order: Lệnh
   bảo vệ cho nạn nhân
   người lớn bị ruồng bỏ,
   bạo hành, bóc lột, vv -
   do chính nạn nhân hay
   Bộ Xã Hội đứng đơn*
10. *Sexual assault
    protection order: Lệnh
    bảo vệ cho nạn nhân bị
    bạo hành về tình dục*

Parental kidnapping Tội bắt
cóc con do người cha (hay
mẹ) bị mất quyền nuôi con

Passive Có bản tính thụ động
(Women are naturally
passive)

Persecution Sự bách hại Sự bạo
hành Sự ngược đãi
*Systematic persecution:
Bách hại có hệ thống và kế
hoạch rõ ràng*

Perpetrator Kẻ phạm pháp Kẻ
vi phạm tội hình sự

Personal belongings Các vật
dụng cá nhân

Pertitioner Người đứng đơn
xin

Physical abuse Bạo hành về thể xác (gây thương tật)

Physical or legal custody of the minors Quyền giám hộ trực tiếp hoặc pháp lý

Prior bad acts Các hành động phạm pháp trước đây của bị can

Procedural due process Thủ tục luật định phải theo

Prohibitions Sự cấm chỉ Những điều cấm cách

Rapid recidivism aggravator Kẻ tái phạm tội trong một thời gian ngắn với tình trạng gia trọng (DV)

Reasonable fear Có lý do cho sự sợ sệt của nạn nhân

Recant, to (nạn nhân) tuyên bố rút lại lời khai

Rehabilitation for defendant Cải huấn và phục hồi cho bị can

Respondent Bị can Bị đơn Người bị thưa ra tòa

Restitution Tiền bồi thường thiệt hại cho nạn nhân

Revenge Sự trả thù *Take revenge on the victim Trả thù nạn nhân*

Rot in the slammer, to Cho chết mãn đời trong tù

Scrimping and saving Chắt chiu và cần kiệm từng đồng

Scumbag Kẻ đáng ghê tởm hay đáng khinh bỉ

Shared residence Nhà ở chung

Nhà cho "share" phòng

Shelter Nơi trú ngụ được bảo vệ cho nạn nhân của vụ bạo hành trong gia đình

Stab wound Vết dao đâm Vết thương do dao đâm

Stalk, to *(Chữ khác: Spy upon someone, to)* Rình rập

Stalker Kẻ rình rập

Stalking Tội rình rập

Aggravated stalking Rình rập với trường hợp gia trọng

Steamed up, to be Giận sôi sùng sục

Stigma Điều xỉ nhục Vết nhơ

Stigmatize, to Bêu xấu

Strangle, to Bóp cổ

Substantive due process Thủ tục luật thực tại phải theo

Supervised release with restrictions *(Chữ khác: Probation)* Quản chế

Supervised visitation Thăm con có sự giám sát bởi đệ tam nhân

Throw someone in the slammer, to Thẩy ai vô tù

Traumatologist Chuyên viên chấn thương

Treatment Program for batterer *(Chữ khác: Domestic Violence Perpetrator Treatment Program)* Chương trình chữa trị cho kẻ hành hạ đánh đập người phối ngẫu

Thrash, to Đánh nạn nhân liên tục bằng roi hoặc giây lưng

Threat of harm Đe dọa hãm hại

Vicious Dữ tợn Độc ác

Victim assistance Sự yểm trợ và giúp đỡ nạn nhân

Victim advocate Cán sự xã hội chuyên việc giúp đỡ nạn nhân

Victim protection Sự bảo vệ nạn nhân

Violent crime *(Chữ khác: Violent offense)* Tội bạo hành

Violent relationship Mối liên hệ "nhiều sóng gió"

Visitation right Quyền thăm con

APPENDIX 5

Terms used in

DRUG &
ALCOHOL
RELATED CASES
Các từ về
Rượu và
Ma Túy X ì Ke

Acapulco gold Cần sa có phẩm chất cao Cần sa loại đắt giá

Acid head Người nghiện bị bệnh ảo tưởng vì chất ma tuý LSD

Addict Nghiện ngập Kẻ nghiện ngập
Alcohol addict: Kẻ nghiện rượu
Drug addict: Kẻ nghiện xì ke
Narcotic addict: Người nghiện xì ke ma tuý

Addiction Sự nghiện ngập

Addictive Có tính cách nghiện ngập

Adrift Kẻ phiêu bạt vì ghiền thuốc

Alcohol abuse Sự uống rượu bừa bãi

Alcoholics Anonymous AA Nhóm tương trợ nhằm giúp đỡ những người nghiện ngập trong tiến trình cai nghiện

Alcohol related illnesses Các bệnh tật do nghiện rượu gây ra

Alcohol in public Tội uống rượu nơi công cộng

Alcohol Rehabilitation Center Trung Tâm Điều Trị và Phục Hồi Trung Tâm "Cai Rượu"

Adulterate the cocaine, to Biến chế cocaine để bán được nhiều hơn

Adulterated drugs Thuốc đã bị biến chế hay pha trộn

Amphetamines *(Chữ khác: Black beauties Benzedrine Biphetamine Bumblebees Copilots Dexedrine Football Hearts Pep pills Speed Uppers Ups)* Loại thuốc kích thích (dưới dạng con nhộng, tròn, hoặc dẹp) để uống, chích hoặc ngửi

Amyl Nitrite *(Chữ khác: Poppers Snappers)* Một loại thuốc bốc hơi để gây khoái cảm

Angel dust *(Chữ khác: PCP)* Một loại ma tuý gây chứng hoang tưởng

Antipsychotic drug Thuốc chống bệnh ảo tưởng

Baggies Bao plastic để bọc thuốc Túi nhựa đựng xì ke

Bag head Kẻ hít hơi keo dán

Battering ram Dụng cụ của cảnh sát dùng để phá xập cửa trong vụ bố ráp tổ buôn bán ma tuý

Behind the counter drugs Loại thuốc bán hạn chế tuy không cần toa bác sĩ (thí dụ: thuốc Sudafed)

Bindle Gói nhỏ đựng cocaine bột

Binge *(Chữ khác: Run)* Chè chén say sưa "Hút sách hay nhậu nhẹt xả láng"

Blackouts Tình trạng bất tỉnh vì say rượu hay ma tuý xì ke

Black tar Hắc phiến

Black tar heroin Loại ma tuý tinh chế rất mạnh và nguy hiểm

Blast Tình trạng "ngấm thuốc" "Rất đã" "Phẻ" "Phê"

Blotter Thuốc gây ảo giác LSD

"Blow a stick" Hút cần sa

Booby trap Bẫy Gài bẫy

Brick Bịch thuốc bạch phiến hay cần sa

Brown sugar "Nàng Tiên Nâu" (tiếng lóng nha phiến)

Bud Cần sa

Bug a telephone Gài dụng cụ kiểm thính vào điện thoại

Burned "To get burned" Bị bại lộ

Bust, to Bố ráp

Butyl Nitrite *(Chữ khác: Bolt bullet climax Locker room rush)* Một loại thuốc bốc hơi để gây khoái cảm

Buy & Bust Operation Chiến dịch tảo thanh (của cảnh sát chìm) mua và bắt giữ kẻ buôn bán hoặc xử dụng xì ke hoặc đồ quốc cấm

Cache Hầm chứa (vũ khí hay ma tuý)

Cartel Tập đoàn công ty độc quyền sản xuất ma tuý

Chemical dependency treatment program Chương trình cai nghiện

Chinawhite Một loại nha phiến

Chip, to Hút xì ke (xử dụng không thường xuyên)

Chipper Người hút xì ke không thường xuyên (Không nghiện "Năm thì mười hoạ")

Clan lab Khu chế tạo thuốc lậu

Clink "Áp" (nhà tù – tiếng lóng)

Coca paste Một loại bạch phiến ròng (chưa biến chế)

Cocaine *(Chữ khác: Ball Bernice , Blow, Big C, Coke , Corrine, Flake, Gold Dust, Happy Dust, Lady, Nose candy, Snow Spitball White and Snowbirds, Star dust)* Bạch phiến cocaine

Cocaine Distribution Network Hệ thống phân phối cocaine

Cocaine flake Cocaine bột

Codein Một loại thuốc cực mạnh để an thần và giảm

đau

Cold turkey Bỏ không dùng xì ke nữa Tự cai nghiện bất ngờ

Controlled buy Tên chỉ điểm giả bộ người đi mua xì ke dưới sự sắp đặt trước và theo dõi bởi cảnh sát

Controlled substance Đồ quốc cấm

Copilot Một loại ma tuý làm gia tăng năng lực

Cop out, to Đồng ý nhận tội nhẹ hơn (có hút thuốc thay vì bán thuốc)

Corroborate, to Ăn khớp với lời khai

Counterintelligence Phản gián

Countersurveilance Phương cách của dân nghiện tránh sự rình mò của cảnh sát

Courier Kẻ đi tải thuốc hay đồ quốc cấm

Crack Bạch phiến ròng

Crack baby Trẻ sơ sinh của cha mẹ nghiện bạch phiến

Crack cocaine *(Chữ khác: Crack Freebase Rock)* Bạch phiến cục

Crackhead Người nghiện bạch phiến cocaine

Crack house Nơi dân nghiện hay lui tới để hút sách hoặc mua bán xì ke ma tuý

Crash, to Say xỉn hoặc ngủ li bì vì bị thuốc methamphetamine hành

Craving for drugs *(Chữ khác: Hunger for drugs)* Đói thuốc

Crystal Một loại Methaphetamine

Cut Tiền hoa hồng Tiền ăn chia bán thuốc

DARE Drug Abuse Resistance Education Program Chương trình Bài Trừ Ma Tuý tại Học Đường

DEA Drug Enforcement Authority Cơ quan bài trừ ma tuý của chính phủ liên bang

Dealer Kẻ buôn bán ma túy xì ke

Delusional Lâm vào tình trạng ảo tưởng vì bị thuốc hành

Denatured alcohol Rượu bị biến chất

Detoxification *"Detox"* Sự giải độc

Dime trị giá mười đô

Dope Ma tuý Xì ke (tiếng lóng phổ thông) gồm các loại sau: *Cocaine, Heroin, Hydrocodone, Inhalants, LSD, Marijuana, MDMA, Methamphetamine, Oxy Contin, Steroids, Stuff*

Down Không bị say thuốc Nuốt hoặc chích thuốc

Down trip Cảm giác khó chịu khi dùng xì ke

Drop Chỗ hẹn giao thuốc

Drop a dime Gọi điện thoại báo

cảnh sát

Dropper Cái nhỏ thuốc

Drug abuse Sự nghiện ngập xì ke ma tuý

Drug addict Kẻ nghiện ngập xì ke

Drug addiction Sự nghiện ngập

Drug courier Kẻ đi tải thuốc Kẻ chuyển vận ma túy và đồ quốc cấm

Drug court Tòa thụ lý các vụ liên quan tới xì ke ma túy

Drug czar Giới chức phụ trách chương trình bài trừ ma túy

Drug dealer *(Chữ khác: Drug pusher Narcotics trafficker)* Kẻ buôn bán cần sa ma tuý

Drug dealing Tội buôn bán ma túy

Drug deals Các vụ buôn bán chuyển vận ma tuý

Drug dependency Sự lệ thuộc vào xì ke ma tuý

Drug dispensing Phân phối ma tuý xì ke

Drug distribution *(Chữ khác: Drug delivery)* Buôn bán thuốc ma tuý xì ke

Drug distribution to minors Tội bán thuốc cho thiếu niên

Druggie Kẻ nghiện ngập say sưa ma túy xì ke

Drug habit Thói quen nghiện ngập

Drug house Nhà buôn lậu thuốc ma tuý

Drug Ice Một loại xì ke

Methamphetamine để hút hoặc hít

Drug kingpin Tên lãnh đạo tổ chức phân phối xì ke ma túy Trùm ma tuý

Drug manufacturing Chế tạo ma tuý (thí dụ trồng cần marijuana)

Drug measuring units Đơn vị đo lường lượng thuốc meth:
1. *Quarter: ¼ lượng thuốc meth;*
2. *Eight-ball: 1/8 lượng thuốc meth;*
3. *Teener: 1/16 lượng thuốc meth;*
4. *Golf ball: một lượng thuốc meth*

Drug paraphernalia Các dụng cụ xử dụng trong việc nghiện xì ke (thí dụ: ống tẩu)

Drug possession Tội oa trữ, chấp hữu xì ke ma tuý

Drug pusher Kẻ buôn bán ma tuý

Drug recruiting Tội tuyển mộ người vào việc buôn bán ma tuý

Drug related crimes Các tội phạm liên quan tới xì ke ma tuý

Drug ring Tổ hay Toán buôn bán ma tuý

Drug run Vụ chuyển lậu

Drug smuggling Buôn lậu ma túy

Drug smuggling ring Tổ chức buôn lậu ma tuý

Drug sniffing dog Chó đánh hơi ma tuý

Drug trafficker *(Chữ khác: Drug runner)* Kẻ vận chuyển xì ke ma tuý

Drug trafficking Buôn lậu ma tuý Chuyển lậu xì ke ma tuý

Drug treatment program Chương trình cai thuốc

Drug withdrawal Tình trạng bị đói thuốc

Duck Khách chơi

Dumping Bị nôn mửa vì không chịu thuốc

Dusted Bị đánh tơi bời

Dynamite Một loại á phiện morphine làm dịu cơn đau

Ectasy Mehtylenedioxymeht aphetamine (MDMA) "Thuốc lắc"

Ectasy's other names (Slangs): Adam Angel, Eva, Gum, Head, Ice, Love Lover's speed, Peace Sesam STP X XTC Yin Yang MDMA Boat Bịch thuốc lắc (khoảng 1000 viên)

Entrapment Sự gài bẫy của cảnh sát để bắt nghi can

False-bottomed containers Thùng chứa có ngăn giả để dấu ma tuý

FED Nhân viên bài trừ ma túy liên bang

Fink, to Đưa tin

Fit Các dụng cụ dùng để chích ma túy

Fix, to Chích thuốc

Flash Cảm giác của người vừa chích ma túy Nôn mửa

Flash-Back Bị ảo giác vì ảnh hưởng ma túy

Flip, to Bị rối loạn thần kinh vì dùng ma túy

Floating Cảm giác lâng lâng của người bị say thuốc

Fluff, to Dùng lưỡi dao cạo để tán và gạn thuốc

Forged prescription Tội giả mạo toa thuốc

Fox Một thiếu phụ trẻ đẹp

Freebase *(Chữ khác: Free basing cocaine)* Loại bạch phiến ròng, tán mỏng và có hiệu quả cao

Front Tiệm trá hình để rửa tiền

Fume Hơi xông lên

Fuzz Cảnh sát

Ganja Cần sa marijuana

Get burned, to Bị bại lộ Bị lộ

Geeze, to Chích thuốc

GHB Một loại thuốc mê Thuốc "hiếp dâm người quen" (date rape)

(Chữ khác: Tiếng lóng G Cherry-meth Everclear Fantasy "I Knock Her Out" "Forget Pill" (thuốc "làm cho quên") "Landing Gear" " Sang số"

"Mexican Valium" Thuốc
ngủ Mễ
"Mind Eraser" Thuốc *"làm*
cho quên trí nhớ")
Gin Một loại bạch phiến
Give someone up Đưa tin
Thông tin cho ai
Glue sniffing Hít keo
Good trip Có cảm giác đê mê
sau khi dùng thuốc
Goofballs Thuốc ngủ
Grass Cỏ Cần sa marijuana
Grass head Người nghiện cần
sa
Grill, to Bị cảnh sát điều tra
hay tra hỏi
Groovy Khoái cảm Khoái chí
Grow house *(Chữ khác: Stash*
house) Nhà trồng cần sa
Grow operation Tội trồng cần
sa
Hallucinogen Loại thuốc (LSD,
MDMA, PCP. etc.) gây ảo
tưởng khiến các giác quan
bị lệch lạc
Hand-ups Trạng thái khủng
hoảng tâm lý
Hard stuff Thuốc gây mê hay
chữa đau cực mạnh
Hash *(Chữ khác: Hashish*
- Concentrated form of
marijuana) Một loại ma túy
cực mạnh dùng để hút hay
nhai
Hashish Oil Một loại ma tuý
nước
Hash pipe Ống tẩu hút thuốc

ma túy
Hay Cỏ khô Cần sa marijuana
Hazardous waste Chất phế thải
độc hại
Head Người hay bị say thuốc
Heat Cảnh sát Nhân viên bài
trừ ma túy
Henchman Tay sai (trong vụ
buôn lậu)
Heroin *(Chữ khác: Black Tar,*
Brown Sugar, Big H Horse,
Junk, Muf f, Scag, Scat,
Smack, White) Nha phiến
Một loại ma tuý "bán tổng
hợp" có tác dụng "thấy đời
lên hương" bớt mệt, bớt
đau "Nàng Tiên Nâu"
High *(Chữ khác: Trip)* "Phê"
Say thuốc
High on drugs *(Chữ khác: In*
the clouds On a trip) Cảm
thấy ngây ngất Say thuốc
High rollin Kiếm được nhiều
tiền trong vụ buôn bán ma
tuý
Hit Một liều thuốc ma túy
Holding Oa trữ cần sa ma túy
Hooked Nghiện
Hood rat Tên gái điếm da
đen nghiện bạch phiến cục
cocaine
Hophead Kẻ nghiện ma túy
Horn Hít thuốc vào mũi
Horse Nha phiến
Hot tip Tin mách riêng nóng
hổi
Hub Tụ điểm bào chế hoặc

phân phối nha phiến

Hungries, the "Dân ghiền"

Hustle, to Ăn cắp tiền để mua thuốc

Hype Kẻ nghiện ma túy

Hypodermic needle Kim chích dưới da

Hypodermic syringes Ống chích ma tuý dưới da

Icky Bị say thuốc nặng thành bệnh

Inhalants Thuốc xông

In-patient treatment (Chữ khác: Residential treatment) Chương trình cai nghiện tại y viện (bệnh nhân phải nằm lại trung tâm điều trị)

Interception Sự chặn bắt

Intervention counselor Tư vấn bài trừ ma tuý

In the clouds Bị say thuốc Bay bổng trên "chín tầng mây"

Jacket Kẻ làm chỉ điểm cho cảnh sát Kẻ phản bội

Jim Jones Cần sa trộn lẫn với cocaine

John Khách chơi điếm

Joint Điếu thuốc cần sa Nhà tù

Joy pop Kẻ dùng nha phiến nhưng không nghiện

Juice Rượu lậu

Juice head Người nghiện rượu

Junk Nha phiến

Junkie Kẻ nghiện nha phiến hoặc dùng thuốc gây mê

Juvenile weeds Cây cần sa loại

mới trồng (cần sa non)

Kee Một kilo cần sa

Ketamine Hydrochloride Một loại thuốc mê (pha vào nước cho nạn nhân uống mê man bất tỉnh trước khi hiếp dâm)

Kick the habit. to Bỏ thuốc Cai thuốc

Kiester stash Thuốc dấu vào hậu môn

Kibbles N Bits Các mảnh vụn của cocaine

Kingpin Trùm buôn lậu

Lapse, to Mất hiệu lực vì không thi hành Sa ngã Thất bại

Leave s.o. to rot in the slammer Để ai chết "rục xương" trong tù

Lemonade Loại nha phiến rẻ tiền

Lye Một loại thuốc tẩy

Lid Một lượng (ounce) cần sa

Lysergic Acid (Chữ khác: Diethylamide Acid Blue Heaven LSD Microdot Sugar Cubes White Lightnìng) Một loại ma tuý dễ gây ra độc hại cho sức khoẻ toàn diện như rối loạn thần kinh và suy nhược

Loaded Bị say thuốc

Lookout, a Tên đứng canh để báo động khi có cảnh sát

Mainline, to Chích ma tuý vào người

Malt liquor Rượu lúa mạch
Loại rượu rẻ tiền để bán cho
dân nghiện vô gia cư

M & M Một loại thuốc an thần
Thuốc ngủ

Manicure, to Cắt cuống và rửa
sạch cây cần sa

Manufacturing marijuana Tội
trồng cần sa

Marijuana Cây bồ đà Cây cần
Cây cần sa Gai dầu

*Marijuana's other names
(Slangs):
Dope, Ganja, Grass, Hay,
Mary Jane, Pot, Reefer,
Shit, Sinsemilla, Stick, Tea,
Weed*

Marks beef Bị bắt giữ vì có dấu
chích thuốc trên tay

Megalab Nhà máy chế tạo
thuốc methamphetamine (tại
Mễ hoặc ngoại quốc)

Meth lab Phòng chế tạo ma tuý
tổng hợp

Meth Methaphetamine Dược
chất ma túy kích thích dưới
dạng lỏng hay bột tán Thuộc
loại "ma tuý tổng hợp" rất
độc hại

*Meth's other names (slangs):
Blind man, Clothes, Crank,
Crystal Meth, Crystal
methadrine, Ice, Speed,
Windows*

**Methamphetamine
Distribution Network** Hệ
thống phân phối dược chất
ma tuý meth

Mickey Loại thuốc làm cho nạn
nhân mê mẩn và bị hãm hại

Middleman Kẻ môi giới Kẻ
trung gian trong vụ buôn lậu
ma tuý

Minor in possession Thiếu niên
chấp hữu ma tuý (hay rượu)

Monkey Thói quen nghiện ngập
ma t úy

Mom and Pop lab Nhà chế tạo
thuốc meth (thuộc loại "cò
con")

Money laundering Tội rửa tiền
(tẩu tán tiền lời bán ma tuý)

Mood swing Tâm trạng, tính
khí thay đổi vì bị thuốc hành

Mud Thuốc phiện

Mud-holders Kẻ giữ im lặng
sau khi bị bắt

Mule Kẻ tải lậu ma túy

Narc (Chữ khác: Narco) Cảnh
sát chìm trong đội bài trừ
ma túy

Narcotics Các chất gây nghiện
Ma tuý

Narcotics trafficker Kẻ buôn
bán ma tuý

Nickel bag Túi thuốc trị giá
năm đô

**Nitrous Oxide (Chữ khác:
Laughing gas or whippet)**
Một loại thuốc bốc hơi để
ngửi, gây ảo tưởng

Nod Trạng thái nửa tỉnh nửa mê
vì bị say nha phiến

Number Điếu thuốc cần sa

OD Tình trạng dùng thuốc quá độ Quá liều

On the nod Buồn ngủ vì dùng ma tuý

Opiates Các loại thuốc có chất á phiện

Opium *(Chữ khác: Dover's Powder Paregotic Parepectolin)* Thuốc phiện (giống tác dụng như heroin)

Outfit "Bộ đồ nghề" cho dân nghiện, gồm có ống nhỏ thuốc, kim chích dưới da, muỗng pha thuốc

Outpatient treatment Chương trình cai nghiện ngoại chẩn

Overdose Dùng thuốc quá độ

Panic trip Trạng thái khó chịu khi dùng ma tuý

Papers Giấy cuốn thuốc hút (mầu nâu, vàng hay trắng)

Paranoia Chứng hoang tưởng

Paraphernalia Các vật dụng linh tinh xử dụng trong xì ke ma tuý

Paranoid delusion Chứng hoang tưởng của người ghiền bạch phiến

Peddle, to *(Chữ khác: To sell)* bán đồ quốc cấm (thường là ma tuý)

Per Thuốc có toa bác sĩ

Pig Cảnh sát

Pill freak *(Chữ khác: Pill head)* Người nghiền thuốc viên

Pink ladies *(Chữ khác: Pinks)* Loại thuốc an thần

Pipe head Tên nghiện bạch phiến cục

Planted Bị cảnh sát gài bẫy

Point Kim chích

Ponzi scheme Mánh lới lừa đảo

Possession of drugs Tội có xì ke trong người

1. *Actual possession Physical possession Thực sự chấp hữu*

2. *Constructive possession Sự chấp hữu suy diễn*

Pothead Người chỉ nghiện hút cần sa

Powder Bột bạch phiến

Powder Một loại kích thích tố mạnh

Primo Loại cần sa trộn lẫn với cocaine

Proposition Prop Cảnh sát hứa sẽ xin thả bị can khỏi tù nếu chịu làm chỉ điểm

Puffer Tên hút cocaine

Pull someone cover Lột mặt nạ ai Lộ tẩy

Purple haze Một loại nha phiến LSD

Pusher *(Chữ khác: Drug dealer)* Kẻ buôn bán ma tuý

Quill Hộp quẹt có thuốc bạch phiến bột hoặc nha phiến để hít

Raid *(Chữ khác: Roundup)* Cuộc hành quân bố ráp của cảnh sát

Rainbows Một loại thuốc an thần

Rap, to Nói Đánh Chỉ trích

Rat *(Chữ khác: Informant Snitch)* Tên chỉ điểm

Rat out, to *(Chữ khác: Narc out)* Chỉ điểm Tố cáo Tố giác

Raw opium Thuốc phiện sống

Reds *(Chữ khác: Red birds Red devils)* Một loại thuốc an thần

Reefer *(Chữ khác: Joint, Stick)* Điếu thuốc lá cần sa

Relapse, to Tái phạm Tái phát

Relapse into a crime Tái phạm tội

Relapse into drugs Nghiện xì ke trở lại

Reprisal Sự trả thù

Retaliation Sự trả đũa

Roach Mẩu thuốc lá cần sa

Rock Loại cocaine lóng lánh thuỷ tinh

Rock cocaine "Cục trắng" "Cục trứng" (Tiếng lóng chỉ cocaine cục)

Rock star Tên nghiện rock cocaine

Rogue company Công ty làm ăn bất chính

Roll, to Nhồi thuốc cần sa

Roll,, to Tố cáo Tố giác

Rollin good Buôn bán ma tuý

Runner *(Chữ khác: Courier Mule)* Người chuyển tải ma tuý

Safe house Nhà an toàn

Scag *(Chữ khác: Scat)* Nha phiến

Scarf, to Ăn

School boy Chất codein làm giảm đau

Score, to Mua thuốc

Script Toa thuốc

Send to Long Beach *(Chữ khác: Send to San Pedro)* Giật thuốc xuống cầu tiêu để tiêu hủy tang vật

Setback Sự trắc trở, trở ngại trong việc vận chuyển ma tuý

Set-up Bị cảnh sát gài bắt

Shaft s.o. "Chơi ác" ai

Shit Nha phiến

Shoot Chích thuốc

Skin pop Chích thuốc dưới da

Slack Sự bao che Sự che chở bởi đồng bọn

Slammin' drugs Chích thuốc

Slammer Nhà tù

Slanging Bán cocaine trên hè phố

Slangin keys Bán xì ke

Sleepers Thuốc an thần

Sleeping in chapters Ngủ vùi sau khi dùng nha phiến

Smack Nha phiến

Smacked *(Chữ khác: Smashed)* Bị say nha phiến

Smoke crack, to Hút bạch phiến cocaine

Smuggle, to Buôn lậu

Smurfing

1. Tẩu tán tiền lời bán ma tuý ("Rửa tiền" bằng cách ký thác nhiều lần chia ra số tiền nhỏ vào trương mục)
2. Biến chế các thuốc cảm mạo thông thường (không cần toa bác sĩ) thành dược chất quốc cấm (ma tuý) để tiêu thụ hoặc bán cho "dân nghiền"

Sniff Hít thuốc

Snitch Kẻ chỉ điểm cho cảnh sát

Snafu *(Chữ khác: Fuck-up)* Công việc làm ăn bị vỡ lở

Snort, to *(Chữ khác To shoot up To take a fix)* Hít thuốc

Snorting drugs Hít thuốc

Snorting lines of meth Hít thuốc kích thích bột

Snow Bạch phiến

Snuff Giết người Thanh toán

Sober, to Giã rượu Tỉnh rượu Không say sưa

Soft drug Ma tuý loại nhẹ

Spaced *(Chữ khác: Spaced out)* Bị lâm vào trạng thái ảo tưởng sau khi dùng thuốc

Specially-built secret compartment Hộc ngăn bí mật để giấu thuốc lậu trong xe

Speed *(Chữ khác: Upper Work)* Một loại nha phiến LSD/Meth

Speedball Chích hợp chất nha phiến và bạch phiến Thuốc kích thích

Speed freak *(Chữ khác: Speed head)* Kẻ nghiện nha phiến

Spike up, to Chích ma tuý

Spit ball Bạch phiến bột đựng trong bao nhựa

Split, to Bỏ chạy Chạy trốn để khỏi bị bắt

Spoon Đơn vị đo lường (khoảng dưới một gram, hoặc 25 viên thuốc tùy theo khu vực)

Stash, to Dấu thuốc để không bị phát giác

Stick Điếu thuốc lá cần sa

Stomach habit Nghiện nha phiến (uống thay vì chích)

Stoned Bị thuốc hành nặng thành u mê Say mềm Say tuý luý (vì uống rượu hay hút xì ke)

Stool pigeon Mật báo viên cho cảnh sát

Straight *(Chữ khác: Clean)* Hết nghiện

Strawberry Một loại acid LSD

Street value Trị giá ma tuý xì ke bán ngoài đường phố

Stronghold Mật khu

Strung out *(Chữ khác: Wired)* Bị ảnh hưởng nặng bởi ma tuý xì ke "Ghiền" Nghiện nặng

Stuff Nha phiến

Stumblers Thuốc an thần

Sunshine Một loại nha phiến LSD mầu da cam

Superlab "Siêu dược phòng" chuyên chế tạo thuốc methamphetamine, thường thấy ở California

Tap into a conversation, to Kiểm thính Nghe lén ai nói chuyện

Tea pad Nơi hút cần sa

Teenager Đơn vị đo lường 1/16 oz cocaine

Throw someone in the slammer, to Ném ai vô tù

Till-tapper Kẻ thụt két Ăn cắp tiền trong máy giữ tiền ở tiệm để mua xì ke

Tin Một lượng cần sa

Tip Tin riêng

Tipoff Sự ngầm báo cho cảnh sát

Topped Bị xử tử trong phòng hơi ngạt

Toxic waste Đồ phế thải có chất độc

Tracks Dấu kim chích

Trance Trạng thái sướng ngất Trạng thái xuất thần

Tranquility Trạng thái thư dãn và thanh thản khi dùng thuốc STP

Trap s.o. Cho ai vô tròng

Tree Cảnh sát ăn hối lộ

Turbo Thuốc điếu cần sa có trộng lẫn với cocaine

Turf battle Vụ đụng độ giữa các băng đảng buôn lậu

Turn over a new leaf, to Làm lại cuộc đời

Tweaking Cảm giác khó chịu sau khi dùng methamphetamine Lươn lẹoVặn vẹo

Twelve Step Program Chương Trình Cai Nghiện 12 Giai Đoạn

Twenty Cục cocaine trị giá 20 đô

Underworld Bọn tổ chức làm ăn bất chính

Valium Một loại thuốc an thần

Vial Ve thuỷ tinh nhỏ đựng thuốc

Wacky tobaccy Cần sa

Withdrawal Tình trạng đói thuốc

Work off a beef, to Hợp tác làm chỉ điểm cho cảnh sát

Zonked Bị thuốc hành Bị say sưa tuý luý

APPENDIX 6

Terms used in DUI CASES

Các từ dùng trong vụ Say rượu (hoặc say thuốc) khi lái xe

Administrative sanctions Chế tài qua thủ tục hành chánh (thí dụ: bằng lái xe bị treo)

Addiction *(Chữ khác: Relapse)* Sự nghiện ngập

Additional tests Thử lại độ rượu trong máu (do bị cáo yêu cầu)

Alcohol addiction *(Chữ khác: Alcoholism Alcohol dependence)* Sự nghiện rượu

Alcohol evaluation Thẩm định xem bị cáo có nghiện rượu hay không

Assessment *(Chữ khác: Evaluation)* Thẩm định về tình trạng nghiện ngập (rượu hay ma tuý)

BAC verifier datamaster Breathalyzer Máy đo nồng độ rượu qua hơi thở của nghi can

Binge Chè chén say sưa (Uống rượu giờ này qua giờ khác)

Bleary eyes Mắt mờ

Bloodshot eyes Mắt đỏ ngầu

Blurred vision Bị mờ mắt

Boozer *(Chữ khác: Drunk)* Người nghiện rượu Kẻ say rượu

Breath test Thử hơi thở của nghi can

Breathalyzer Máy đo hơi rượu (nồng độ rượu trong hơi thở)

Burp, to Ợ

Chase, to (cảnh sát) rượt đuổi

Combative Hay cãi Hiếu chiến

Conditions of release Điều kiện để được tại ngoại

1. *Attending alcohol treatment: dự lớp cai rượu*
2. *Imposition of the ignition interlock device: Lắp dụng cụ kiểm soát vào bộ phận mở máy của xe hơi*
3. *Mandatory alcohol assessment: Thẩm định tình trạng nghiện ngập của bị can*

Craving for drugs *(Chữ khác: Hunger for drugs)* Đói thuốc

Chronic consumption of alcohol Uống rượu kinh niên

Database Dữ kiện dự trữ về kết qủa hơi thở của các nghi can

Deferred prosecution Miễn tố

có điều kiện

Denial Dối lòng

Department of Licensing hearing Phiên thụ lý của Nha Cấp Phát Bằng Lái Xe

Detoxification "Detox" Giải độc

Ditch, to Liệng bỏ Thải Từ bỏ

Diversion Mua rượu hay thuốc rồi bán lại cho người dưới tuổi (bất hợp pháp)

Drink and drive, to Say rượu lái xe

Driving record Hồ sơ lái xe

Driving under the influence DUI Tội say rượu (hay say thuốc) lái xe

Driving while intoxicated DWI Tội lái xe khi đay bị say rượu hay thuốc

Duck-footed Bước như chân vịt

Field sobriety test Thử độ say của nghi can tại hiện trường (ngoài công lộ) Thử mức độ tỉnh táo của nghi can

Findings Order on petition for deferred prosecution Phán quyết của tòa chấp thuận cho việc miễn tố có điều kiện

Finger-to-nose test Thử bằng cách lấy ngón tay chạm mũi

Fumble, to Lộn nhào

Glassy eyes Mắt đờ dẫn như người không hồn

Heel-to-toe Thử bằng cách bước chân sau chạm vào gót

chân trước

Ignition interlock device Dụng cụ gắn vào bộ phận mở máy để kiểm soát hơi thở bị cáo

Implied consent statute Điều luật qui định về việc thử hơi thở với sự mặc nhiên đồng ý của nghi can

Implied consent warning Chỉ thị về sự mặc nhiên đồng ý

Inebriated Say mềm

Infrared spectroscopy Máy quang phổ dùng kỹ thuật hồng ngoại tuyến để đo nồng độ rượu trong hơi thở của nghi can

Intoxicant Chất làm say ngất

Intoxilyzer (Chữ khác: Breathalyzer, Intoximeter) Máy đo nồng độ rượu trong hơi thở

MADD Mothers Against Drunk Driving Tổ chức các bà mẹ chống say rượu lái xe

Mandatory minimums Các hình phạt tối thiểu đối với bị can vi phạm tội say rượu lái xe

Minor DUI Tội say rượu lái xe cho bị cáo dưới 21 tuổi với nồng độ rượu thấp trong hơi thở

Miranda warnings Lời cảnh cáo theo án lệ Miranda

Misdemeanor Khinh tội Tội nhẹ

Mouth check Khám miệng

nghi can trước khi thử hơi thở

National Highway Traffic Safety Administratin NHTSACơ quan phát triển và giáo dục về an toàn lưu thông trên công lộ

Negligent driving first degree Tội lái xe cẩu thả cấp một

Observation period Giai đoạn quan sát nghi can 15 phút trước khi thử hơi thở

Petition for deferred prosecution Kiến nghị xin được hưởng trường hợp miễn tố có điều kiện

Physical control Tội say rượu ngồi trước tay lái (mặc dù không lái xe)

Portable breath test PBT Máy thử hơi thở lưu động bên đường

Prior offenses Các tội phạm trước đây (liên quan tới các vi phạm lưu thông, kể cả tội say rượu lái xe)

Reckless driving Tội lái xe bạt mạng Thiếu thận trọng

Refusal Từ chối không hợp tác trong thủ tục thử hơi thở

Retrograde extrapolation Công thức toán học tính mức độ rượu trong máu

Revocation of deferred prosecution Thâu hồi đặc ân miễn tố có điều kiện (vì sự vi phạm một trong các

điều kiện phải theo)

Simulator solution *(Chữ khác: External standards)* Hợp chất nước và rượu đặt trong máy đo nồng độ rượu "Datamaster"

Status report Bản bá cáo hàng tháng của cơ quan điều trị về tình trạng tiến bộ của bị cáo

Sucessful completion of deferred prosecution Hoàn tất thoả đáng các điều kiện miễn tố có điều kiện

Vehicular assault Tội gây thương tật cho người khác khi say rượu lái xe

Vehicular homicide Tội gây tử thương cho người khác khi say rượu lái xe

Victim panel Giáp mặt với nạn nhân (Phạm nhân phải trực diện với nạn nhân để chứng kiến tận mắt hậu quả do hành vi tội ác gây ra)

APPENDIX 7

Terms used in cases involving

FIREARMS & WEAPONS

Súng Ống Và Các Loại Vũ khí

A *GENERAL TERMS*
Các từ tổng quát

Aim, to *To take aim at* Nhắm bắn

Alter markings on the firearm, to Cạo sửa số danh bộ trên vũ khí

Angle of fire Góc độ đạn đạo

Armorer Chuyên viên bảo trì vũ khí

Arsenal Kho vũ khí đạn dược

At gun point Dưới áp lực của sung đạn

ATF Bureau of Alcohol, Tobacco and Firearm Sở Kiểm Soát Rượu Thuốc Cuốn và Súng Ống Liên Bang

Backfire, to Bắn dội lại

Ballistics Khoa giảo nghiệm về đạn đạo

Ballistics expert Chuyên gia về đạn đạo

Ballistic report Bản bá cáo kết qủa giảo nghiệm về đạn đạo

Blackjack Dùi cui cốt sắt có bọc da của cảnh sát Một loại vũ khí làm tê liệt phản ứng của nghi can

Brandish a gun, to Vung súng (hay vũ khí) lên để doạ nạt

Bullet proof vest *(Chữ khác: Body armor)* Áo chắn đạn

Burns *(Powder burns)* Bị cháy bỏng vì thuốc súng

Ballistics Khoa giảo nghiệm đạn đạo

Birdshot Đạn bắn chim

Brass knuckles Quả đấm đồng/ sắt để hạ đối thủ

Bullet-proof vest Áo chắn đạn

Bullet track Đường đạn xuyên qua vết thương

Close range Bắn gần

Club Dùi cui Gậy

Drive-by shooting Tội bắn từ trong xe khi đang di chuyển

Entry point Vết đạn xuyên vào người

Entry wound Vết thương do đạn bắn vào người

Exit point Vết đạn thoát ra khỏi người

Explosive devices Các vật dụng gây nổ

Firearms markings Số danh bộ ghi trên vũ khí để nhận diện

Firearms trafficking Tội buôn lậu súng ống

Fire a gun, to Nổ súng
Fragment Mảnh đạn
Gunshot Tiếng súng nổ
Gunshot residue Cặn bã thuốc súng dính lại trên da thị hay quần áo
Gunshot wound Vết thương vì đạn
Highway shooting Tội bắn sung trên xa lộ
Holter Bao súng
Jam, to Súng bị kẹt
Jack knife Dao gấp
Loaded gun Súng nạp đạt sẵn (Có sẵn đạn trong buồng đạn)
Misfire, to Bắn trật
Non-lethal weapon Vũ khí làm tê liệt
Point blank Dí sát súng vào nạn nhân mà bắn
Point a gun at someone, to Chĩa súng vào nạn nhân
Projectile Tên lửa
Reload, to Tái nạm đạn
Ricochet, to Chạm nẩy
Saturday Night Special Súng mua ở chợ đen Súng mua trên hè phố
Shot Tiếng súng
Shrapnel Mảnh bom đạn
Single action Nổ từng phát một
Small arms Các loại súng nhỏ
Sniper Bắn tia Bắn sẻ
Stink bomb Bom nhả hơi thối
Trajectory Đạn đạo
Unlawful possession of

firearm Tội oa trữ vũ khí bất hợp pháp
Use clause Điều khoản về việc xử dụng vũ khí
Use and carrying of firearms Xử dụng và mang vũ khí

B TYPES OF GUNS & WEAPONS
Các loại súng và Vũ khí

Airgun Súng hơi
Assault rifle AR Súng tấn công
Automatic gun Súng tự động
Double barreled gun (Chữ khác: Scattergun) Súng hai nòng
Firebomb Bom lửa
Gas bomb Bom xăng
Handgun Súng tay Súng lục
High-powered rifle Súng trường có hoả lực mạnh
Large caliber gun Súng có khẩu kính lớn
Light weapons Vũ khí nhẹ
Loaded gun Súng đã nạp đạn
Machine gun Súng liên thanh Súng máy Súng tự động
Magnum revolver Loại súng lục có hoả lực mạnh
Pellet gun Súng bắn chim
Penknife Dao nhíp
Pepper spray Bình xịt hơi cay để tự vệ Vũ khí tự vệ xị hơi cay
Pistol Súng lục
Revolver Súng lục trái khế

Súng "rulô" Súng sáu

Rifle Súng trường

Rod Súng lục (Tiếng long)

Saturday Night Special Súng mua ở chợ đen Súng mua ở hè phố

Saw-off rifle Súng trường nòng cắt ngắn

Saw-off shotgun Súng săn nòng cắt ngắn

Sidearm Vũ khí đeo bên mình

Semi-automatic pistol Súng lục bán tự động

Semi-automatic rifle Súng trường bán tự động

Service revolver *(Chữ khác: Service weapon)* Súng lục hay súng tay của nhân viên công lực

Short barreled rifle Súng trường nòng ngắn

Short barreled shotgun Súng săn nòng ngắn

Shotgun Súng bắn đạn chày Súng săn

Smoothbore weapons Loại vũ khí (Súng săn) không có khương tuyến

Sniper rifle Súng bắn tỉa

Stench bomb *(Chữ khác: Stink bomb)* Bom phát ra mùi hôi thúi

Stun gun Súng làm choáng váng bất tỉnh

Submachine gun Súng tiểu liên

Taser Súng làm tê liệt phản ứng

Zip gun Một loại khí cụ của băng đảng dùng như vũ khí nhỏ để phóng đạn

C *PARTS OF A GUN*
Cơ phận của súng

Ammo clip *(Chữ khác: Magazine)* Băng đạn

Anvil Lớp bọc kíp nổ hay hột nổ

Apparatus Đồ thiết bị

Arming pin Chốt dự kích

Banana clip Băng đạn cong hình trái chuối

Barrel Nòng súng

Bayonet Lưỡi lê

Bolt Chốt cơ bẩm

Bore Đường kính nòng súng Họng súng

Breech Ổ đạn

Butt Báng súng lục

Caliber Đường kính bên trong nòng súng Khẩu kính

Chamber Buồng đạn

Clip Kẹp đạn

Cock, to Lên đạn

Cylinder Trái khế

Cylinder thumb latch *(Chữ khác: Thumbpiece)* Chốt khóa an toàn trái khế

Detonator Ngòi nổ

Ejector Sắt tống vỏ đạn

Elevation knob Núm biểu xích

Extractor rod Chốt móc vỏ đạn Sắt móc vỏ đạn

Firing pin Bộ phận kích hoả

Frame Báng súng

Front sight Đỉnh đầu ruồi
Gauge Khẩu kính súng săn (súng bắn đạn chầy)
Grip Báng súng lục
Groove Đường rãnh Đường xoi
Hammer pin Chó lửa
Heel of butt Gót báng súng
Lands and grooves Lòng khương tuyến
Line of sight *(Chữ khác: Line of vision)* Đường ngắm
Locking lug Mấu cơ bẩm
Magazine Băng đạn
Magazine release Tháo băng đạn
Muzzle Họng súng
Peep sight *(Chữ khác: Rear sight)* Lỗ chiếu môn
Receiving group Hộp cơ bẩm
Recoil spring Lò so hoàn lực
Safety guard Chốt an toàn
Self loading Lên đạn tự động
Silencer Ống hãm thanh
Slide Động tác lên đạn
Sliding bolt Bộ phận lên đạn
Smoke bomb *(Chữ khác: Smoke grenade)* Lựu đạn cay Lựu đạn khói
Sniper scope Ống nhắm gắn trên súng bắn sẻ (bắn tỉa)
Spider Sắt che cò súng
Small of the stock Cổ bá súng
Stock Bá súng Báng súng
Switchblade Dao bật lưỡi khi bấm nút
Trigger Cò súng
Trigger guard An toàn cò súng

Sắt che cò súng

D AMMUNITION
Các loại đạn dược

Armour-piercing bullets: Đạn bắn xuyên sắt
Blank ammunition: Đạn mã tử
Dummy ammunition: Đạn giả
Live ammunition: Đạn thật
Pratice ammunition: Đạn thực tập
Shell Đạn súng cối
Slug Đạn chì
Tracer Incendiary bullet: Đạn lửa

E CARTRIDGE
Viên đạn

Buckshot Hột đạn của viên đạn chày
Bullet Đầu đạn
Bullet fragment Mảnh   vỡ của đầu đạn
Casing Vỏ đạn
Crimp Ngấn vỏ đạn
Full metal jacketed bullet *(Chữ khác: Cop Killers)* Đầu đạn có hoả lực mạnh
Gunpowder Thuốc đạn
Lead alloy bullet Đầu đạn với hợp chất kim khí
Lead bullet Đầu đạn chì
Pellet Hột đạn của súng hơi để bắn chim
Primer Hạt nổ
Round Viên đạn

Semijacketed bullet Đậu đạn
   có bọc đồng
Shell casing Vỏ đạn chày
Shotgun shell Đạn súng săn
Slug Một loại đầu đạn
Spent round Viên đạn đã nổ

APPENDIX 8

Terms Commonly used in "Gang Banging" Lingo

Các Từ Thường Dùng trong "Ngôn Ngữ Băng Đảng"

AB *(Aryan Brotherhood)* Băng đản Aryan

ABI *(Asian Boys Insane)* Tên băng đảng Á châu

ABZ *(Asian Boyz Gang)* Tên băng đản Á châu

AG *(Asian Gang)* Tên băng đảng Á châu

AK Súng bán tự động (AK47)

Asian Chicks Đảng viên nữ băng Á châu

Associate Cộng sự viên

Baby Love "Tiền"

Bandit Kẻ sống ngoài pháp luật

Banger "Đảng viên" du đãng Kẻ bắn súng khi xe đang chạy

Banging Các hoạt động của băng đảng (đánh lộn hay bạo hành)

Banged up Bị đánh đòn nhừ tử

Beat someone hollow, to Đánh cho đại bại Đánh ai "không còn một manh giáp"

Beef Tội phạm Lần phạm pháp

BG Baby gangster Đảng viên con nít

BF *(Big Family)* Tên băng đảng Á châu

Big Homey "Anh Cả" "Anh Hai"

Big shot *(Chữ khác: Boss)* "Ông Bự" "Ông Già" "Xếp"

BK "Blood Killer" Kẻ có thành tích giết hại đảng viên Bloods

Bellingerent Hiếu chiến Hiếu thắng Hung hăng

Birthday Boy Người sắp bị cướp đánh

BD *(Black Dragon)* Tên một băng Á châu

Blessed in Được chấp nhận vào băng đảng (không cần qua "thủ tục nhập môn")

Bludgeon, to Đánh tới tấp cho tới khi nạn nhân ngã gục hoặc chết

Brandish a knife, to Vung dao

BTK *(Born To Kill)* Tên băng đảng Việt

Bud *(Chữ khác: Marijuana)* Cần sa

Bullet Một năm tù

Busted *(Chữ khác: Popped a cap)* Bắn ai

Chinese Street Gangs Băng đảng Tầu

Black Dragons

Home boys

King Cobra

Kool Boys

Viet Ching (Chinese-born

Vietnamese)
Wah Ching
Cigarette burn marks (and tattoos) Dấu đốt thuốc lá để thẹo trên da tay (ba chấm, năm chấm, chín chấm) của băng đảng Việt và băng đảng Á châu
1. *(Three dots) "My crazy life" "I care for nothing"* Bất cần đời
2. *(Five dots) "A group of close friends"* Tứ hải giai huynh đệ
3. *(Nine dots) "Nip Family"*

Cohort Băng nhóm Thủ hạ
Colors Mầu áo của băng đảng
CK "Crip Killer" Kẻ có thành tích giết được đảng viên Crips
Click *(Chữ khác: Gang click Gang clique)* Băng đảng
Clicking in "Lễ nhập môn" "Thủ tục" nhập băng đảng
Club Dùi cui Gậy Vũ khí
Crab Từ dùng để miệt thị đảng viên Crips
Crash pad *(Chữ khác: Safe house)* Nơi vãng lai của băng đảng
Crib Chỗ ở Phòng giam
CRIPS Tên một băng du đãng
DF *(Dragon Family)* Tên băng đảng Á châu
Dirty bottle Nước tiểu dơ Nước tiểu có xì ke

Ditch school *(Slang)* Trốn học
Dorm Phòng ngủ trong trại giam Khu chung cư
Do work Phạm pháp
Double deuce Súng tay nòng 22 li
Dressed down Mặc mầu áo của băng đảng
Durag bandanna Khăn tay lớn buộc chung quanh đầu của đảng viên (để nhận diện)
Dust of life Bụi đời
Easy walkers *(Chữ khác: Tennis shoes)* Giầy vải thể thao Giầy vải "ba-ta"
EME "Mexican Mafia" Tổ chức Tội Ác Mễ trong tù
Enforcer Đảng viên kỷ luật
Expect "Rain or Thunder" Chuyện rắc rối sẽ xẩy ra
"F" "Cảnh" "Cớm" (Tiếng lóng dùng bởi băng đảng Việt)
Fish Cảnh Cảnh sát Cớm
Fighting *(Chữ khác: Taking care of business. Playing. Gangbanging)* Choảng nhau.
Firebomb Bom lửa
Five-O Cảnh sát Cớm
Flag "Mầu cờ sắc áo" của băng đảng
Flashing Ra dấu hiệu tay của băng đảng
Floatin Lái xe thật nhanh
Floss, to *(Chữ khác: To show off)* Khoa trương
Flying the flag *(Chữ khác:*

Flying your colors) Mặc quần áo hoặc đeo khăn theo "mầu cờ sắc áo" của đảng

Foot soldiers "Tay sai" hoặc đảng viên ở cấp bậc thấp nhất

Free air Được phóng thích Được trả tự do

Frog Con "ghệ" sống buông thả (vô luân) Đứa con gái lang chạ

Fugly "Xấu như ma""Xấu như quỷ" Xấu xí

G Gangsta *(Chữ khác: Gangster (G-ster)* Tên du đãng

Gage *(Chữ khác: Gauge Shotgun)* Súng bắn đạn chày

G-ride Chiếc xe bị lấy cắp

Game Hành động phạm pháp

Gang banger Đảng viên du đãng

Gang banging Dính líu vào các hành động phạm pháp băng đảng

Gang intimidation Đe dọa thanh toán đảng viên phản bội hoặc có ý định rút tên khỏi băng đảng

Gang rape *(Chữ khác: Rape in concert)* "Bề hội đồng" Hiếp dâm tập thể

Gang tagging and graffiti Ghi biểu hiệu lãnh địa hoạt động của băng đảng

Ganja "Cần" Cần sa

Gas bomb Bom xăng

GAT Súng

Gated out Được phóng thích Được trả tự do

Gear Y phục của băng đảng

Get down *(Chữ khác: Fighting)* Đánh lộn

Get it on *(Chữ khác: Get off the gate)* "Lâm trận"

Getting busy "Đang lâm trận" (Bắn nhau, ăn cướp, vv)

Get out of my face *(Chữ khác: Get lost Get some gone)* Cút đi!

Getting some digits Lấy số điện thoại

Ghetto star "Tên anh chị" nổi tiếng trong khu vực

Gig Buổi họp mặt của băng đảng

Give him a bus ticket home *(Chữ khác: Give him the big picture)* Thanh toán địch thủ

G-name monicker Bí danh của đảng viên

G-ride *(Stolen vehicle)* Xe ăn cắp

Glass house Xe hơi bốn cửa

Going off Hành động điên khùng

Going on line Gia nhập băng đảng

Goon Tay sai Kẻ đánh thuê giết mướn

Hardcore "Tay anh chị" Tên du đãng dữ dằn (giết người

không gớm tay)

Hater *(Chữ khác: Informant Informer Snitch)* Chỉ điểm Tên hợp tác ngầm với cảnh sát

Hazing "Lễ nhập môn" Nghi thức nhập băng đảng (bị đánh đòn nhừ tử để thử sức chịu đựng)

Henchman Bộ hạ Tay sai

High numbers Số tiền lớn

High roller "Anh hai" "Chuá trùm" "Đầu nậu" "Ông già" (thuộc loại lãnh đạo và kiểm soát trong các vụ buôn bán cần sa ma tuý)

Hit Án mạng Vụ giết người Vụ thanh toán

Hitman *(Chữ khác: Hired gun)* Kẻ giết mướn

Holding down Bảo vệ "lãnh thổ" (turf) khu vực kiểm soát của băng đảng

Home boy *(Chữ khác: Homey Homie)* Đảng viên cùng trong khu xóm

Hood Khu xóm

Hoodlum Du đãng

Hoodsta Đảng viên

Hooked up Liên kết với bảng đảng

Ice a pig, to Hạ sát cớm (cảnh sát)

Icebox Nhà tù

Ink *(Chữ khác: Tac Tat Tatoo)* Hình vẽ xâm mình

In the mix Dính líu Liên luỵ

vào truyện băng đảng

Iron Dụng cụ cử tạ Súng ống Súng tay

Issue Tội hình

Jack, to Cướp

Jacked *(Chữ khác: Robbed)* Bị cướp

Jacked up Bị đập "cho nhừ tử" Bị hành hung Bị tấn công

Jammed Nghênh chiến

Jeer, to Chế nhạo Chế giễu

Jet, to Chạy "thục mạng" Chạy trốn khỏi khu vực

Jump, to Nhảy bổ vào để tấn công ai

Jumped in Bị đánh đập trong "nghi thức nhập môn" được chấp nhận vào băng

Jumping in ceremony Lễ nhập môn (được kết nạp vào băng đảng)

Kicking it Thời gian "nghỉ ngơi, thư dãn"

Kite Thư viết trong tù

KK *(Korean Killers)* Băng đản Đại Hàn

KGK *(Korean Girl Killers)* Băng đảng Đại Hàn (con gái)

Knocked Bị giết

Kool Mọi sự đều OK

Lame "Nhạt nhẽo""Nhạt phèo" "Thấy mà chán"

LCV *(Lao Cambodian Viet)* Tên băng đảng Á châu Việt Miên Lèo

Lighting up *(Chữ khác: Lit*

up) Bắn

Live on the streets, to Sống lang bạt Sống ngoài đường phố Lang thang không nhà không cửa

Loafer Kẻ đi lang bang "Kẻ ăn không ngồi rồi" la cà hết chỗ này tới chỗ khác

Loc *(Chữ khác: Lok)* Điên khừng

Loc's Kính đen đậm

Low budget "Con ghệ" rẻ tiền

LRG *(Lady Rascal Gang)* Tên băng đảng Á châu thiếu nữ

Mad dog Cái nhìn trừng trừng để thị uy

Man *(Chữ khác: The man)* Cảnh sát

Mission Bắn mướn Giết mướn

Moniker *(Chữ khác: Monicker)* Bí danh

Mad dog Cái nhìn trừng trừng, doạ nạt

Mo *(Slang for Motel)* Khách sạn rẻ tiền để băng đảng phát xuất "đi làm ăn"

Mushroom Nạn nhân vô tội bị bắn

Narc *(Chữ khác: Narco)* Cảnh sát chìm trong toán bài trừ ma tuý

NF *(NIP Family)* Tên băng đảng Á châu

Nickel Án phạt 5 năm tù

Nickel bag Trị giá 5 đô xì ke

Organized crime gang Băng đảng phạm pháp có tổ chức

OBZ *(Oriental Boyz)* Tên băng đảng Á châu

Ostracized from family Bị khai trừ khỏi gia đình Bị từ

Packing Có súng trên người Mang sung

Partners in crime Những kẻ cộng tác trong việc phạm pháp

Payback *(Chữ khác: To get even)* Đòn thù Trả đũa Trả thù

Peace out *(Chữ khác: See ya)* Gặp lại sau

Pee wees Bọn du đãng nhóc (để đàn anh sai bảo hoặc đứng canh chừng cảnh sát)

Peter roll "Xơi tái" (Hành hung hay giết chóc)

Piss someone off, to Chọc giận

Pummel, to *(Chữ khác: Pound)* Đấm Thụi nạn nhân liên hồi

Queen Nữ đảng viên du đãng

Rack up, to Ăn cắp đồ trong tiệm với số lượng lớn

Rake-off Tiền ăn chia trong vụ đánh cướp hoặc buôn lậu Tiền hoa hồng Tiền cò

Red zone Chuẩn bị lâm chiến

Ride Xe hơi

Road dog *(Chữ khác: Close friend Homie Partner)* Bạn thân Cặp bồ

Ruby red "Ghệ" Mụ đàn bà

Safe house Sào huyệt

Saggin Mặc quần xệ

Sell out, to Bán đứng "Bán linh hồn cho quỷ sứ" Phản bội

Set Băng đảng trong khu xóm Lãnh thổ hoạt động của băng đảng

Shaft, to Chơi ác

Shank *(Chữ khác: Shive)* Dao đẽo trong tù Dao tự chế ra trong tù

Shot caller Anh cả Đàn anh trong băng đảng

Slammer Nhà Tù
To throw someone in the slammer Ném ai vô tù
To leave someone to rot in the slammer
Để ai chết rục xương trong tù

Slash, to *(Chữ khác: Slit)* Rạch (bánh xe) Rọt

Sleeved Cánh tay có xâm hình

SMILE NOW, CRY LATER "CƯỜI TRƯỚC KHÓC SAU" Khẩu hiệu xâm mình diễn tả lối sống của băng đảng

Smoked him Đã cho đàn em "nướng" (thanh toán kẻ địch thù)

Social turmoil Xã hội hỗn loạn vì nạn băng đảng

Soldier Đảng viên cắc ké thi hành theo lệnh của thủ trưởng

Southeast Asian gangs Tên các băng đảng Đông Nam Á nổi tiếng tại Mỹ

1. *Above the Law ATL (Mien)*
2. *Asian Family Gangsters AFG (Hmong)*
3. *Born To Kill BTK (Vietnamese)*
4. *Green Dragon GD (Vietnamese)*
5. *Hmong Nation Society HNS*
6. *Insane Viet Boys IVB (Vietnamese)*
7. *Masters of Destruction MOD (Hmong)*
8. *Oak Park Blood OPB (Mien)*
9. *Oriental Boys OB (Vietnamese)*
10. *Oriental Boy Killers OBK (Vietnamese)*
11. *Sacramento Bad Boys SBB (Hmong and Mien)*
12. *Seattle Boys SB*
13. *The Original Gangsters OG*
14. *Tiny Little Rascals TLR (Cambodian)*
15. *Viet Pride Gangsters VPG*

Squab Cuộc cãi lộn Đánh lộn

Stare, to Nhìn trừng trừng

Strapped *(We are strapped We are carrying gun)* Có mang súng

Street gang Băng đảng trên hè phố

Sup *(Chữ khác: What's up, doc?)* Chuyện gì vậy?

Switchblade Dao bật lưỡi (Vũ khí xử dụng bởi băng đảng)

Tag, to Vẽ viết bậy trên tường ngoài phố

Tagger Kẻ vẽ viết bậy trên tường hè phố

Tagging Sự "cắm dùi" ghi rõ lãnh địa hoạt động của băng đảng

Tattoos commonly used by Asian gangs Các hình xâm mình thường được các đảng viên vẽ trên người
1. *Dot tattoos*
2. *Dragon tattoo*
3. *Eagle tattoo*
4. *King cobra snake tattoo*
5. *Panther tattoo*
6. *Tear drop tattoo*
7. *Tiger tattoo*

TG Tiny gangster "Du đãng nhí" Đảng viên nhi đồng

TRG *(Tiny Rascal Gang)* Tên một băng Á châu

TTTT Xâm hình 4 T: Tình (Love) Tiền (Money) Tù (Prison) Tội (Crime) (của băng đảng Á châu)

TTTTT Xâm hình 5 T: Tình (Love) Tiền (Money) Tù (Prison) Tội (Crime) Trả Thù (Revenge)

Thug Tên côn đồ

Thumper Súng

Tools Vũ khí

To the curb Hết sạch tiền hoặc xì ke Không một đồng xu dính túi

Trap someone, to Cho ai vào tròng

Trey Eight Súng tay nòng 38 li

Turf Lãnh thổ hoạt động của băng đảng

Twirl Nói Nói chuyện

VBZ *(Viet Boyz Gang)* Tên băng đảng Việt

VF *(Viet Family)* Tên băng đảng Việt

VL *(Vice Lords)* Băng đảng Vice Lords

WANNABE Want-to-be Kẻ muốn gia nhập băng đảng

Waz up *(Chữ khác: What's up What's happening)* Khoẻ không? Có chuyện gì không?

WC *(Wah Ching Gang)* Tên băng đảng Á châu

Wet 'em up Bắn cho nó "toé máu ra" Đâm cho nó "toé máu ra"

YG Đảng viên mới "Lính mới tò te"

Yellow Pride Khẩu hiệu của băng đảng Á châu

Zip gun Súng lục do băng đảng tự chế Một loại khí cụ dùng như vũ khí nhỏ để phóng đạn

APPENDIX 9

*Words & Phrases
Commonly used in a*

JURY TRIAL

*Các từ hay cụm từ thường
dùng trong một phiên
xử bởi hội thẩm đoàn*

Alternate juror Hội thẩm viên
dự khuyết Hội thẩm viên
thứ 13

Assumption of innocence Sự
suy đoán vô tội

Believability Sự có thể tin
tưởng được

Beyond a reasonable doubt
Ngoài nghi vấn hợp lý

Bias Thành kiến

Biased Bị thành kiến

Bound Buộc phải

**Brownbeat a witness, to (Chữ
khác: To badger a witness)**
Áp đảo nhân chứng Nạt nộ
nhân chứng

Caprice Hành động ngẫu hứng
không suy tính Sự bốc đồng
Sự thay đổi bất ngờ

Circumstantial evidence Bằng
chứng gián tiếp

Closing arguments Lời biện
luận kết thúc phiên xử

Conjecture Sự phỏng đoán, suy
đoán từ bằng chứng vô căn
cứ hay từ những trường hợp
giả dụ

Conscientiously Một cách có
lương tâm Có ý thức Một
cách chu đáo

Consequences Hậu quả

Consistent Thuần nhất Trước
sau như một

Convincing force Có sức
mạnh thuyết phục

Could I have a brief voirdire?
Xin tòa cho phép tôi khảo
sát vị hội thẩm một chút
được không?

Could we have a sidebar?
Chúng tôi có thể thảo luận
riêng với chánh án được
không?

Credibility of witness Mức
độ đáng tin cậy một nhân
chứng

Criminal action Hành động
hành sự

Deduction Sự suy diễn Sự suy
ra

Deliberation Thủ tục nghị án
của hội thẩm đoàn

Demeanor Thái độ

Discuss, to Thảo luận

Draw, to Đạt tới kết luận

Draw any inference Đạt tới kết
luận qua sự suy luận

Direct evidence Bằng chứng
trực tiếp

Discrepancies Những sự sai
biệt

Duty Bổn phận của hội thẩm

Elements of the crime charged Các yếu tố cấu thành tội phạm bị truy tố

Expert witness Nhân chứng chuyên gia

Extent Mức độ Phạm vi Tầm mức

Finding of guilt Kết luận tội trạng

Firsthand knowledge Sự hiểu biết trực tiếp của nhân chứng

Foreman *(Chữ khác: Foreperson Foreman of the jury Presiding juror)* Chủ tịch hội thẩm đoàn Trưởng Hội thẩm đoàn

I direct the jury to disregard statements that Tôi chỉ thị hội thẩm đoàn đừng để ý tới lời khai cho rằng

I move to strike the answer Tôi yêu cầu bỏ câu trả lời…

I object on the grounds that… Tôi phản đối vì lý do rằng

I would ask that the court instruct the witness to… Tôi yêu cầu toà hãy chỉ thị cho nhân chứng

I would like to advise the court that Tôi muốn cho toà biết rằng…

In conformity with Phù hợp với

Infer, to Đưa tới kết luậnSuy diễn Suy luận Qui nạp

In furtherance Đẩy mạnh Xúc tiến

Influenced Bị ảnh hưởng Bị chi phối

Insinuation Sự ám chỉ

Issue Vấn đề đưa ra xét xử

Jurors may be excused Quí vị hội thẩm được miễn tham dự

Jury pool Danh sách ứng viên hội thẩm

Jury tampering Mua chuộc hội thẩm

Lack of evidence Thiếu bằng chứng

Law of the case Luật pháp của vụ án

Lawyers' remarks Những lời phát biểu của luật sư

May we get a ruling? Xin toà cho chúng tôi biết phán quyết của toà

More likely Rất có thể

Motion denied I deny your motion Tôi (quan toà) bác bỏ kiến nghị của luật sư

Motive Động lực Lý do thúc đẩy

Objection Xin phản đối *(See "Reasons for objection")*

Offer of evidence Trình bày bằng chứng

Officers of the court Nhân viên toà án

Open court *In an open court* Công khai trước toà

Opening arguments Lời biện

215

luận mở đầu phiên xử

Outburst Cơn thịnh nộ

Party Tụng phương Thành phần trong vụ xét xử

Passion Nhiệt tình

Penalty or punishment Hình phạt

Pity Thương hại Thương xót

Poll the jury, to Phỏng vấn hội thẩm sau khi bình quyết được tuyên bố

Prejudice (Chữ khác: Discrimination) Định kiến Kỳ thị Thiên kiến

Presiding juror Chủ tịch hội thẩm đoàn Thủ lãnh hội thẩm đoàn

Presumption Sự suy đoán

Presumed innocence until proven guilty Được suy đoán là vô tội cho tới khi chứng minh là có tội

Pry into your personal life, to Soi mói vào chuyện đời tư của quí vị

Public opinion Công luận

Public feeling Cảm nghĩ quần chúng

Put in issue, to Đặt thành vấn đề để xét xử

Question of fact Câu hỏi về sự kiện

Reasonable doubt Nghi vấn hợp lý

Reasons for objection Các lý do phản đối

1. *Ambiguous: Không rõ ràng Mập mờ;*

2. *Argumentative: Vì có tính cách tranh cãi;*

3. *Asked and answered: Đã hỏi và trả lời;*

4. *Assumed fact not in evidence: Sự kiện giả dụ - không phải là bằng chứng;*

5. *Beyond the scope of direct examination: Ngoài phạm vi trực vấn;*

6. *Calls for hearsay: Gợi sự nghe nói lại;*

7. *Calls for a narrative answer: Gợi ra câu trả lời dài dòng, kể lể;*

8. *Calls for speculaion: Gợi sự suy đoán*

9. *Cumulative evidence: Chứng cứ tập hợp;*

10. *Compound question: Câu hỏi có tính cách tổng hợp;*

11. *Illegally seized evidence: Chứng cứ thu thập bất hợp pháp;*

12. *Incompetent witness: Nhân chứng không đủ năng lực;*

13. *Insufficient foundation: Thiếu căn bản Thiếu nền tảng;*

14. *Irrelevant: Không ăn nhập gì tới vụ việc;*

15. *Lack of foundation: Thiếu căn bản;*

16. *Leading: Gợi ý Mớm ý;*
17. *Narrative: Dài dòng Kể lể;*
18. *Non-responsive: Không trả lời vào câu hỏi;*
19. *Unduly inflammatory: Câu hỏi có tính cách khiêu khích và thái quá;*

Overruled (Lời phản đối) Bị bác bỏ

Refresh recollection, to Để giúp cho nhân chứng nhớ lại

Return, to (verdict) Đạt được bình quyết Đưa ra phán quyết

Rules of law Qui tắc pháp luật Tiêu chuẩn luật pháp

Sentiment Cảm nghĩ

Single out, to Chọn lựa

Sole judges (quí vị hội thẩm) là những quan tòa độc nhất

Source Nguồn tin

Stipulate, to Tương thuận

Stricken out Được gạch bỏ Được loại bỏ Được xóa bỏ

Submit, to Đệ trình

Sustained (Lời phản đối) được chấp thuận

Sympathy Sự có cảm tình

Sustain, to Chấp thuận

The witness' answer was not responsive to the question Câu trả lời của nhân chứng không đáp ứng đối với câu hỏi

Trivial detail Chi tiết nhỏ nhặt

Truthfulness Sự trung thực

Underlying facts Các sự kiện tiềm ẩn Các sự kiện quan trọng

Verdict Bình quyết Phán định Phán quyết của hội thẩm đoàn

1. *To reach a verdict, to return a verdict: Đạt được bình quyết*
2. *To declare the verdict: Tuyên bố phán quyết*

Weigh the evidence, to Cân nhắc bằng chứng

Witness's statement Lời khai của nhân chứng

You must not guess Quí vị (hội thẩm) không được phỏng đoán

APPENDIX 10

ACCIDENT REPORT & MOVING TRAFFIC VIOLATIONS

Các từ về tai nạn xe cộ và vi phạm luật lưu thông

Abutment Tường chống Trụ chống ở đầu cầu

Accelerate, to Gia tốc Gia tăng tốc độ

Accelerator Chân ga Bàn đạp

Accelerometer Máy đo tốc độ xe chạy

Back into another car De xe đụng vào xe khác

Back up, to De xe Lùi xe lại

Brake Thắng xe

To apply the brake
To go for a brake
To hit the brake
Đạp thắng xe

Brakes take Thắng ăn

Broadside collision Đầu xe A đụng vào ngang hông xe B

Bucket seat Ghế chậu Ghế kiểu cái chậu

Buckle up, to Đeo giây an toàn khi lái xe

Careen, to Lái xe dạt về một phía

Change gears, to Sang số

Citation "Tiket" Giấy phạt

Clock the speed, to Ghi tốc độ lái xe

Collide, to Đụng xe

Collision Sự đụng xe

Crash Tai nạn xe hơi

Crash into, to Đụng xe

Cruise, to Chạy xe "tà tà" không thay đổi tốc độ

Cut someone off, to Cắt ngang trước mặt xe khác

Decelerate, to Giảm tốc độ lái xe

Dent Chỗ xe bị móp

Ding Vết đá chọi vào kính xe

Drift, to (between driving lanes) Lái dạt từ lằn đường này sang lằn đường khác

Fishtail, to Đuôi xe bị xoay chiều chữ chi vì đường trơn

Fix-it ticket Giấy phạt vi cảnh vì đèn đuôi xe bị bể hoặc cháy

Flip off, to Xe bị lật khỏi công lộ

Flip over, to Xe bị lật ngược

Floor the accelerator, to Nhấn ga hết cỡ

Front end Đầu xe Mũi xe

Gas pedal Chân ga

Give the right of way, to Nhường quyền tay mặt

Go around the block, to Lái xe vòng quanh dẫy phố

Go for a spin, to Go for a ride Lái xe dạo chơi

Guardrail Rào cản

Head-on collision Tai nạn do hai xe đụng thẳng vào đầu nhau

Hit and run Đụng xe bỏ chạy

Hotwire, to Câu điện

Infraction Giấy phạt vi cảnh

Intersection Giao lộ

Jack Con đội

Jack up, to Nâng con đội để thay bánh xe

Jumpstart, to Câu bình

Lose control, to Lạc tay lái

Make a U turn, to Quay xe vòng chữ U

Overtake, to Lái vượt qua

Pick up speed, to Xe lái tăng tốc độ

Plummet, to Lao thẳng xuống Rơi thẳng xuống vực

Pull over, to Lái dạt vào lề đường

Race, to Đua xe

Rear end Đuôi xe

Rearend, to Đụng vào đít xe trước

Rev the engine, to Rồ máy

Screech Tiếng xe nghiến trên đường

Shimmy Bánh xe trước bị rung chuyển

Sidewide collision Tai nạn do hai xe đụng sát ngang hông

Skid, to Bánh xe trượt trên đường

Skid mark Vết bánh xe để lại trên đường vì thắng gấp

Slam on the brakes, to *(Chữ khác: Hit the brakes)* Thắng gấp

Slide, to Xe bị trơn tuột

Spin out, to Xe bị xoay vòng vì bị lạc tai lái

Squeal, to Kêu ré lên

Stall, to Xe bị chết máy

Straddle the line, to Lái xe trên làn đinh

Sway, to Xe bị đu đưa vì gió thổi mạnh

Swerve, to Đi lệch hướng

Tailgate, to Lái xe theo sát đuôi xe trước

Traffic citation *(Chữ khác: Ticket)* Giấy phạt vi cảnh

Veer, to Đổi chiều Đổi hướng Lái xe dạt sang một bên

Weave, to Lái xe hình chữ chi Lái luồn qua luồng xe đang chạy

Wobble, to Lắc lư Nghiêng ngả

APPENDIX 11

Basic LATIN EXPRESSIONS

Các từ ngữ pháp lý La Tinh căn bản

Ab initio *From the beginning* Ngay từ khi khởi sự Tử khởi sự Từ lúc đầu

Actus reus *Guilty act The criminal act* Hành động cấu thành tội phạm Hành động phạm pháp

Ad hoc Lâm thời Tạm thời

Ad hoc committee Uỷ Ban Đặc Nhiệm

Ad litem Tại Toà án

Alibi Chứng cớ ngoại phạm Chứng cớ không có mặt tại phạm trường

Amicus curiae Người bạn của tòa Người công dân quan tâm tới pháp lý được toà hỏi ý kiến

Certiori *(Chữ khác: Writ of certiori)* Thượng lệnh đòi toà dưới chuyển hồ sơ vụ án lên toà trên

Coram nobis *(Chữ khác: writ of error)* Phán quyết của Toà Phúc Thẩm liên quan

tới sự sai lầm về điểm pháp lý của toà dưới

Corpus delecti Chứng cớ vững chắc của tội phạm Tang vật tội thể cấu thành tội phạm (xác chết của nạn nhân trong vụ án mạng)

De facto *Actually In fact* Thực sự Trên thực tế

De minimis *Insignificant* Không đáng quan trọng (Sai lầm trong khi xét xử của toà dưới)

De novo *Anew Trial de novo A new trial* Việc xét xử lại

Ditto *(Chữ khác: Idem) Same as above* Như trên

Et al Và những người khác Và những kẻ khác

eg *For example For instance* Thí dụ

Et cetera *Etc And so forth And so on* Vân vân và vân vân

Et seq *And the following* Và những điều sau đây

Et ux Và người vợ

Ex parte *On behalf of one party* Đơn phương

Ex-parte hearing Phiên toà không cần đối phương tham dự Thủ tục xét xử đơn phương

Ex post facto *Retroactive law* Luật có giá trị hồi tố

Festina lente Cứ từ tốn tiến hành từng giai đoạn một

Đừng vội phán đoán

Guardian ad litem Người giám hộ

Habeas corpus Câu thúc thân thể Giải giao người bị bắt giữ cho toà án xét xử

Idem *(Chữ khác: Ditto) Same as above* Như trên

Id est *(Chữ khác: eg) That is* Có nghĩa là

In absentia Khiếm diện Xử vắng mặt

In camera *(Chữ khác: In judge's chambers)* Trong phòng thẩm phán

In decorum Sự khiếm nhã Sự vi phạm các nguyên tắc xã giao

In delicto *In the wrong* Có lỗi Mắc lỗi

In flagrante delicto *Caught in the act* Bị bắt quả tang

In forma pauperis *IFP* Được miễn phí vì không đủ khả năng tài chánh

Infra dignitatem *Unworthy* Chuyện không đáng phải quan tâm

In limine *At the beginning From the beginning* Xin loại bỏ bằng chứng ngay từ lúc đầu

In loco parentis Thay quyền cha mẹ

Innuendo Điều nói bóng nói gió Lời nói với ám chỉ khinh chê kẻ khác

In propria persona *(Chữ khác: In pro per)* Biện hộ

In re *In the matter of* Về việc

In rem Quyền sở hữu

Interim *In the interim* Trong lúc tạm thời

Judge pro tempore *Judge pro tem* Thẩm phán khách Thẩm phán tạm thời

Lex loci delicti *(Chữ khác: Lex delicti)* Phạm trường

Lis pendens Vụ kiện đang chờ đợi ra toà

Livor mortis Vết bầm tím trên tử thi

Mala fides *Bad faith Bad intention* Gian trá

Mandamus Phán quyết của Toà chỉ thị cho giới chức phải thi hành

Mens rea *The criminal mind* Sự cố ý phạm tội Ý định phạm pháp

Modus operandi *MO* or *Method of operation* Cách thức hoạt động Cách thức thi hành

Nil *(Chữ tắt của Nihil)* Không có gì

Nolle prosequi Lời tuyên bố ngưng truy tố của công tố viên

Nolle prosequi, to *(Chữ khác: Nolle pros; Nol pros; Nol pro)* Quyết định không truy tố

Nolo contendere *Not contested*

Not challenged Không tranh cãi Không chống lại Chấp nhận

Non compos mentis *Insane Incompetent Not of sound mind* Không đủ năng lực suy sét để quyết định

Nunc pro tunc Có giá trị hồi tố

Omnibus hearing *Readiness* Phiên toà xác định tình trạng sẵn sàng ra xét xử

Parens patriae *Parent of the country* Phụ mẫu chi dân Chính phủ có bổn phận giám hộ trẻ em bị cha mẹ ruồng bỏ

Per capita Tính theo đầu người

Per curiam *For the court*

Per curiam opinion Ý kiến của thẩm phán đoàn toà phúc thẩm

Prima facie case Vụ án có bằng chứng sơ bộ

Prima facie evidence Bằng chứng thoạt nhìn qua Bằng chứng sơ bộ Khởi chứng

Pro bono Biện hộ không đòi thù lao Tình nguyện cãi thí

Profer Hợp tác cung khai (để được hưởng trường hợp giảm khinh)

Pro per *Pro se litigant* Người tự biện hộ

Pro rata Theo tỷ lệ

Pro se *(Chữ khác: Pro per)* Tự biện hộ

Pro tem Tạm thời Lâm thời

Quid pro quo Có qua có lại Vật đáp lễ

Res gestae Bằng chứng, lời nói hay sự việc cốt yếu

Res ipsa loquitur Sự vật tự nó chứng tỏ

Res judicata Nguyên tắc không được xử lại Vấn đề đã được xét xử

Sine qua non *Indispensable* Không thể không có Rất cần thiết Không thể thiếu được

Stare decisis *Law of precedent* Nguyên tắc tiền lệ

Status quo Tình trạng không thay đổi

Subpoena ad testificandum Trát đòi ra hầu toà (làm chứng)

Subpoena duces tecum Trát đòi xuất trình tài liệu

Supra Theo án lệ dẫn chứng kể trên

Trial de novo *Retrial* Phiên toà xử lại

Ultra vires Vượt ra ngoài quyền hạn Vô hiệu lực vì vượt thẩm quyền

Venire *Jury panel* Ứng viên hội thẩm đoàn

Verbatim Nguyên văn

Versus VS Against Đối tụng

Vice versa Ngược lại Trái lại

Writ of capius Lệnh bắt giữ

Writ of certiori Thượng lệnh đòi toà dưới chuyển hồ sơ

vụ án lên toà trên

Writ of error Phán quyết của
Toà Phúc thẩm lien quan tới
sự sai lầm về điểm pháp lý
của toà dưới

Writ of harbeas corpus Lệnh
câu thúc thân thể Lệnh xét
định sự hợp pháp của sự
giam giữ